మార్థమైన పరబ్రహ్మము ఎట్లు అభిన్నములో అట్లే రసధ్వనులు కూడ అభిన్నములని ప్రసిద్ధము అందుచేత రసము శివుడు, ధ్వని శక్తి.

రసము ఆనందస్వరూపము, "రసో వై సః" అను శ్రుతి వచనము అలంకారిక ప్రపంచమునను సుప్రసిద్ధము. తదభిన్నత చేత ధ్వని పరబ్రహ్మమే. రసధ్వనులెట్లభిన్నములు? రసము నాస్వాదించు తరుణమునందు ఆస్వాదకుడు రసీభూతుడగు చున్నాడు; రసమే అగుచున్నాడు అదే అభినవగుప్తపాదులు చెప్పిన "విగళిత వేద్యాంతర మతి" స్థితి. ఆస్వాదకుని భావనా విశేషముచేత రంగస్థలము మీది పాత్రలకు లౌకికత్వ మంతరించి, ఒకానొక అలౌకికస్థితి కలుగును. అట్టి అలౌకికాకృతులైన పాత్రలతో ఆస్వాదకుడు తన్మయీభావమును పొందును. తద లౌకిక పాత్రావచ్ఛిన్నమైన స్థితిలో ఆనందానుభూతికి ఆవరణగా ఉన్న అజ్ఞానము అనగా ఆస్వాదకుని పరివేష్టించియున్న జగద్వ్యాపార సమాచ్ఛాదనము విగళితమైపోవును. అప్పుడు అతనిలో ఇదివరకే ఉన్న సంస్కారముచేత స్వస్వరూప ధర్మము ప్రకాశించును ఈ రస్యమానక్రియ అంతయు పాత్రలు, నటన ఇత్యాది విభావానుభావ సాత్త్విక వ్యభిచారీ భావములచేత కలుగుచున్నది. ఈ విభావానుభావాదులనే శబ్దార్థములు వర్ణించును. అందుచేత శబ్దార్థములు వాచ్యార్థమునే ఇచ్చుచున్నవన్న మాట. కాని విగళిత వేద్యాంతరమతీత్యాది రూపమైన రస్యమానావస్థ ఆస్వాదకుని భావనా విశేషము చేతనే సిద్ధించుచున్నది. ఈ భావన, విభావానుభావాదులను వర్ణించు శబ్దములయొక్క వ్యంజనా శక్తిచేతనే సాధ్యమగుచున్నది

నాట్యాచార్యకులు అభినయము చేయుచున్నారు, అను వాక్యమునందే శబ్దములు అభినయ క్రియను మాత్రమే వర్ణించును. అది వాచ్యము. ఆ వాచ్యార్థము లోపించినా శృంగార రసము స్ఫురించును. కనుక రసము వాచ్యము కాదు. ఇచ్చటనైనచో అన్న అనగానే అన్న అక్షరములు మనోనేత్రమునకు గోచరించినట్లు శృంగార రసము అనగానే అది సిద్ధించవలెను. అట్లగుటలేదు కనుక రసము వ్యంజనా మార్గైక గోచరము శబ్దములు, వాటి అర్థములైన విభావానుభావాదులు వ్యంజకములు, రసము వ్యంగ్యము. కనుక ధ్వని శబ్దముచేత వాస్తవముగా రసమునే వర్ణించుచున్నాము. ధ్వని అనగా వ్యంజనా శక్తిచేత స్ఫురించిన పరమార్థము; అది రసము అందుచేత ఇక్కడ పరమార్థము, రసము, వ్యంగ్యము, అను ఈ మూడు మాటలును ఒక్క వస్తువునే ప్రతిపాదించుచున్నవి పరమార్థమైన రసమును ప్రతిపాదించుట కనుక వ్యంగ్యశబ్దమునకు మారుగా, ధ్వని శబ్ద ప్రయోగము ఈ సందర్భమున యుక్తము. ఈ విధముగా రసధ్వనుల భిన్నములు. ఇది వస్త్వలంకార ధ్వనులందు ఎట్లుసాధ్యము? అని శంక. అక్కడ మనకు స్ఫురించునవి వస్త్వలంకారము లయినప్పటికిని, మన మానందించునది వస్త్వలంకారములను కాదు. శబ్దార్థములు చర్వ్యమాణములుకాగా వస్త్వలంకారములు స్ఫురించుచున్నవి. కాని చర్వ్యమాణక్రియ అంతటితో ఆగదు. మనకానందము కలుగునంతవరకు సాగుచునే ఉండును. అనగా శబ్దార్థములు చర్వ్యమాణము లయినట్లే వస్త్వలంకారములు కూడ చర్వ్యమాణములగును. ఆనందను

కలిగినప్పుడు అనగా రసస్ఫూర్తి కల్గినప్పుడు ఆ క్రియ ముగియును. అందుచేత మన మానందించునది గాని, మన కానందము కలిగించునదిగాని వస్త్వలంకారములు కాదు; రసమే. కాదన్నచో-అది, శబ్దార్థములు ఆనందమును కలిగించును. రసము నిచ్చును అనుటతో తుల్యమగును కనుక ఫలితార్థము -వస్త్వలంకార ధ్వనులందుకూడా రసమే పర్యవసాన సీమ. అందుచేత అక్కడ కూడా మనము ధ్వని అని వ్యవహరించునది రసమే. రసపర్యవసితములుకాని వస్త్వలంకార ధ్వనులు సక్మైత్తు. అక్కడ కూడా, ధ్వననవ్యాపారమే చమత్కార జనకముగదా, చమత్కారము లోకోత్తరాహ్లాద హేతువుగదా, కనుక అక్కడకూడా అల్పమాత్రమైనను మన మానందించునది రసమే. అట్టిచోట్ల సైతము విబావానుభావాద్యతిరిక్తమైనప్పటికిని రసానుభూతి, రస కళ ఉండుటచేతనే "రమణీయార్థ ప్రతిపాదక శబ్దః కావ్యమ్" అని జగన్నాధ పండితుడును, "వాక్యం రసాత్మకం కావ్యం" అని విశ్వనాధ కవిరాజును తమ నిర్వచనములు చెప్పగలిగిరి. అందుచేతనే ఆలంకారికులు కావ్యాత్మ రసమేననియు, గుణాలంకారాదులు రసమునకుపస్కారకములేగాని శబ్దార్థములకు గావనియు, ప్రతిపాదించిరి. కావ్యాత్మ రసమన్న వారే కావ్యాత్మ ధ్వని కూడా అనిరి అనగా రసధ్వనులు అభిన్నములనియేగదా వారి తాత్పర్యము. అవృతదశలో ఉన్నరసమే వ్యంగ్యము, వ్యంగ్యము వివరింపబడినప్పుడే "చమత్కారజనక భావనా విషయార్థము" ఆవిష్కరింపబడును; రసము సిద్ధించును. అందుచేత వ్యంగ్యము

రసముయొక్క స్థిత్యంతరము. ఈ మాట ఝుడితి స్ఫూర్తి కందదు; దీర్ఘకాలిక చర్వణచేతగాని బోధపడదు.

రసధ్వనులకు రెంటికి అనుభూతియే వినియోగము. అభినవగుప్తుడు రసమాత్మానుభవమనిగదా వివరించినది? అసలు ఆయన యొక్క రసవివరణమే ఒక మహాద్భుతము అది ఆయన కెట్లు స్ఫురించినది? రసశబ్దము చేతనే. శ్రుతివాక్యములోని శబ్దమునే ఆలంకారికులు కావ్యనాటకానంద ప్రతిపాదనకు స్వీకరించిరి. దాని అర్థము ఆనందము. అది బ్రహ్మానందము, అందుచేతనే "బ్రహ్మానంద సబ్రహ్మచారి" త్యాది మాటలు దొర్లినవి.

ఈ విషయమంతయు అభినవగుప్తునికి తోచగనే ఈ రసమునకు ఆనంద సిద్ధి పద్ధతిలో అర్థము చెప్పెను. భరతాదులు రసమును గురించి ఎన్నిచెప్పినను, చెప్పవలసినది చెప్పకపోవుటచే, అది అభినవగుప్తుడు చెప్పువరకు లోకమునకు తృప్తి ఘటిల్లలేదు. సత్పదార్థ ప్రభావ మది. సత్యము తృప్తినిచ్చును, అసత్య మతృప్తినిచ్చును (జిజ్ఞాసువులకు). ఆవరణనివృత్తి, పూర్వసంస్కారము, స్వస్వరూప ప్రకాశము; ఇత్యాది వివరణ అభినవగుప్తుడు చెప్పుటకు కారణము విచారించినచో అది గొప్ప చమత్కారము. రసజ్ఞ సామాజికులలో కలుగు ఆత్మానుభవము అట్టి వర్ణనకు దారితీసినది. రసము సామాజిక నిష్ఠమన్నప్పుడు నటనిష్ఠము కాదని భ్రమపడ నక్కరలేదు. నటునిలో తన్మయీభావము కలిగినప్పుడే, పాత్రతో తాదాత్మ్యము సిద్ధించినప్పుడే, నటుని నటన ఉత్తమముగా భాసించుట లోకానుభవ సిద్ధము. అందుచేత నటసామాజికు లిర్వురును రసీ

భూతులగుచున్నారు నటసామాజికులు కవి, రసజ్ఞుల వంటి వారు. వారిలోఉన్న కారయిత్రి భావయిత్రి శక్తులు వీరిలోను ఉన్నవి. రస్యమానావస్థలో ఇద్దరును ఒక్కటే తదన్యస్థితిలో వారి కార్యములువేరు ఒకరు ఆనందమును సృష్టింతురు; మరొక రానందము నాస్వాదింతురు. ఇట్లు కార్యములు వేరగుటచే ఫల భా క్త్వము ఒకనియందే నిష్ఠమగుచున్నది. కవి, నటులు ఫల కర్తలు కాగా, రసజ్ఞ సామాజికులు ఫలభోక్తలగుచున్నారు ఎట్లు కావ్యమంతయు రసజ్ఞులకొరకే అగుచున్నదో అట్లే నాటకమంతయు సామాజికుల కొరకే అగుచున్నది. కనుక నట నిష్ఠమైన రసమున కంటె సామాజిక నిష్ఠమైన రసమే ప్రధానము. ఇది అన్వయము-ఇక వ్యతిరేకము చెప్పెదను. సామాజిక నిష్ఠముకాదు అన్నచో రసము ప్రతీయమాన మగుటలేదన్న మాట. నాటకము రసహీనమన్నమాట. ఇదీ రసము సామాజిక నిష్ఠమను మాటలోని సామంజస్యము—

ఇక-ప్రకృతార్థ మేమనగా, రసధ్వను లభిన్నములు; రసము శ్రుత్యుపపన్నమగు బ్రహ్మమే గనుక, ధ్వనికూడా బ్రహ్మమే. ఇది అభినవ గుప్తమత సమ్మతమే.

అలంకార వృత్తిరీతి శయ్యాపాకాది యావత్కావ్య సామగ్రిలోను ధ్వని పరమోత్తమము. "సృష్టిలో ఏదేది పరమోత్తమముగా భాసించుచుండునో అది నేనని తెలుసుకొనుము" అను గీతావాక్య ప్రమాణముచేత కూడా ధ్వని పర బ్రహ్మమె అగును.

ధ్వని పరబ్రహ్మస్వరూపమయినచో దాని కా లక్షణము లున్నవా? ఉన్నవి. అది అనిర్వచనీయము, అది అనంతము, అది సర్వ వ్యాపకము, అది అనాది సిద్ధము-ధ్వని పరమోత్తమ మంటినిగదా. ఉత్తమ పురుషు డెవ్వనికీ దొరుకడు. వాడు గంభీరుడు, దురవగాహుడు, దుర్జ్ఞేయుడు, ఆమాటకు వచ్చినచో సృష్టిలో ఉత్తమమయిన దేదయినను అంతే. "డెందమునకును వాక్కునకందరాని"ది కనుక ధ్వని నిర్వచన సాధ్యముగాదు. రస మనిర్వాచ్యమని అభినవగుప్తుడు.

ధ్వని ఎందుచేత అనిర్వాచ్యము? అది అసంఖ్యేయము, సర్వవ్యాపకము, అశరీరము ("ధ్వని జీవ మలంక్రియావితానము సొమ్ముల్") సహృదయైక వేద్యము. ధ్వని సర్వవ్యాపకము, అశరీరము అగుటచేత అనంతము, అనంతమగుటచేత అసంఖ్యేయము, అందుచేత అనిర్వాచ్యము.

మన కక్షర జగత్తు నందలి ధ్వనియే పరిచితము. ధ్వని శబ్దమునందే కాదు; చేష్టలో సన్నివేశములో కూడా ఉండును. ఒక క్రూరుడు నవ్విన నవ్వు నవ్వుమాత్రమే కాదు. దానికి వేరే అర్థము కూడ ఉన్నదిగదా. అట్లే వికటాట్టహాసము మరొకటి. ఈ చేష్టలచేత కనిపించు దృశ్యము వాచ్యార్థము. కడుపులో ఉన్నకుళ్ళు వ్యంగ్యార్థము. ఇంతేకాదు. ధ్వని మనుష్యలోక పరిమితమేకాదు. పశుపక్ష్యాదులలో సైతము ఉన్నది. చూచుటకు కళ్ళు, తెలిసికొనుటకు బుద్ధి ఉండవలెను; పైగా పురాకృత పుణ్యవిశేషము కూడా ఉండవలెనని విశేషజ్ఞులు చెప్పుదురు. మచ్చికతో హరిణి ఒక తరుణి చెంతజేరి మూతితో

స్ఫురించును. ఆ చేష్ట ఒక బహిః ప్రవర్తనమాత్రముగా ప్రతీయమానమగుట వాచ్యార్థము; ఆ తరుణి యెడల హారిణికి గల చెలిమి ధ్వన్యర్థము. ఇట్లే తక్కినవి అన్వయించుకొనవలెను. ధ్వని సృష్టిలో సర్వత్ర గలదు అచేతన సృష్టిలో అనభివ్యక్త స్థితిలో ఉన్నది, చేతన సృష్టిలో అభివ్యక్తస్థితిలో ఉన్నది. పరిణత జీవ వర్గాలలో పరిణతరూపములో ఉన్నది. అపరిణతవర్గాలలో అప రిణతదశలో ఉన్నది! ఇంత ఎందుకు! సృష్టి సర్వము ధ్వనిభరి తమే సృష్టి ప్రతీయమానమగు వాచ్యార్థముకాగా, ధ్వన్య మానార్థము సచ్చిదానంద స్వరూపమగు బ్రహ్మము. సృష్టి యొక్క వ్యంగ్యార్థమునుఆస్వాదించుటే బ్రహ్మవేతృత్వము; కావ్యసృష్టియొక్క వ్యంగ్యార్థమును ఆస్వాదించుటే రసవే తృత్వము. బ్రహ్మవేత్తలకు రసవేత్తలకు వాచ్యమందు గౌర వములేదు. వ్యంగ్యైకానురాగ బద్ధులు. సామాన్యులకు సృష్టి యొక్క వాచ్యార్థమే గోచరించును. ఇదే సామాన్యులకు మాన్యులకుగల తారతమ్యము.

వాచ్యమునకంటె వ్యంగ్యమెంత మహనీయమో నిర్వ ర్ణ్యము, అనుభవైక వేద్యము. చెప్పిన దానికంటె చెప్పని దానిలో మధురిమ ఎక్కువ; కనుపించిన దానికంటె కనుపించని దానిలో రమణీయత ఎక్కువ; వినబడినదానికంటె వినబడని దానిలో రాగము హెచ్చు; అనుభూతమైన దానికంటె అనను భూతమైన దానిలో లోలత ఎక్కువ. వర్తమానముకంటె భవి ష్యత్తు ఆకర్షకము. తృప్తికంటె ఆశ మధురము. ఈ వ్యంగ్య మాధురి చరాచర సృష్టి సర్వస్వమునందు అంతర్యామిగా ఉన్న పరమరహస్యము. అదే యావజ్జీవన వ్యాపార హేతువు.

ఇట్టి సర్వాంతర్యామి అయిన ధ్వనిని శబ్దపంజరములో బంధించి సామాన్య జనులకు అందివ్వవలెను. ఇదీ, శాస్త్రనిర్వచనము నందున్న ఉద్దేశము. నిర్వచించుటకు ప్రయత్నింపగా మిశ్రమధ్వనులని 5304, శుద్ధధ్వనులని 51 దొరకినవి ఇన్ని ధ్వనులా! ఇదేమి నిర్వచనము! అప్పటికే ఆ సంఖ్య పూర్తి అయిన దనలేకపోవుచున్నారు. దొరికిన వానికన్నిటికికూడా లక్షణము చెప్పలేక పోయిరి. ఇన్ని వేల ధ్వనులలో పది పదునేనింటికి మాత్రమే లక్షణము చెప్పిరి. చెప్పిన లక్షణములుకూడా చాల వరకు అతివ్యాప్త్యవ్యాప్తి దోషరహితముగా ఉన్నవనుటకు వీలులేదు. ఇదంతయు ఏమిటి? ధ్వనిని పట్టుకొనుటకు యత్నించుచుండగా అది దూసికొని పోవుచున్నదన్నమాట; దొరికిన లేశమును అనుభవించి చెప్పగా ఇన్ని అసంఖ్యాక నిర్వచనములు వచ్చినవి. ఒకప్పుడు ధ్వని శబ్దశక్తిలో ఉండును; ఒకప్పుడు అర్థశక్తిలో ఉండును; మరొకప్పుడు ఉభయశక్తులందును ఉండును; ఒకచోట అసంలక్ష్యక్రమముగా ఉండును. ఒకచోట సంలక్ష్యక్రమముగా ఉండును: వివక్షితముగా ఉండును; అవివక్షితముగా ఉండును, వాక్యగతముగా ఉండును; పదగతముగా ఉండును; వస్తుస్ఫోరకముగా ఉండును; అలంకారస్ఫోరకముగా ఉండును రసస్ఫోరకముగా ఉండును: గంట ప్రమోగించినచో స్వరపరంపర జనించి విశ్వమంతట వ్యాపించి నట్లుండును. ఇక్కడ ఉండును ఇక్కడ ఉండదు అని చెప్పలేము. ఇట్లుండును ఇట్లుండదు అని చెప్పలేము ఎట్లయినను ఉండగలదు. ద్రష్టలైన వారికే గోచర మగుచుండును. అందుచేతనే ధ్వనిమతాచార్యుడు కూడా ధ్వని సహృదయైక

వేద్యము అనెను అది అనిర్వచనీయము కనుకనే సహృదయైక వేద్య మనవలసివచ్చెను. నిర్వచనీయమే అయినచో సర్వజనైక వేద్యమైయుండవలెను.

సర్వవ్యాపకత్వముచేత అనంతత్వముచేత ధ్వని నిర్వచింపబోగా అసంఖ్యాకముగా తేలినది. వేనవేలు ధ్వనులు నిరంతముగా రాసాగినవి. అట్టి సర్వవ్యాపకత్వ అనంతత్వముల చేతనే ధ్వని నిర్వచనములందు అతివ్యాప్త్యవ్యాప్తి దోషములు వచ్చినవి. ఒక ధ్వని విశేషమునకు చెప్పిన లక్షణము మరొక ధ్వని విశేషమునకుగూడ యించుమించుగా వర్తించు చుండును. చెప్పెడి వాని బుద్ధి చాతుర్యమునుబట్టి, ప్రకరణ స్వారస్యమునుబట్టి వాటి స్వరూప స్వభావములు మారుచుండును. అందుచేత ధ్వని విశేషములను పోల్చుట అసాధ్యమని ఒప్పుకొనుట యుక్తము.

కావ్య సామగ్రిలో మరేవియు ఇంత అనిర్వచనీయములు కావు. అలంకారములున్నవి. అవి నిర్వచనీయములే. వాటిలోకూడా సందేహమూ, విభావనమూ, అపహ్నవమూ, మీలనమూ ఏది అని నిర్వచించుటకు వీలుకాకుండుటయు గలదు. కాని అది చాలా స్వల్పము. ఒకలక్ష్యమును తీసుకొని అది ఏ అలంకారము అని నిశ్చయించుటలో అట్టి చిక్కు రావచ్చునేమో గాని ఏ అలంకారముయొక్క లక్షణమేదో చెప్పుట సులభమే. అనగా ఆలక్షణము ఆ అలంకారములకే ఉన్నదని నిష్కృష్టముగా చెప్పవచ్చును. కాని ధ్వని విషయములో అట్లుకాదు. ఒక ధ్వని విశేషమునకు చెప్పిన లక్షణములో వెనుక చెప్పినట్లే అతివ్యాప్తి

అవ్యాప్తి దోషములు సంభవించును. తాత్పర్య మేమిటనగా--ధ్వని అనిర్వచనీయము; అలంకారము నిర్వచనీయము. అలంకారమువలెనే వృత్తిరీతి శయ్యా పాకాదులుకూడా సునిర్వచనీయములే. అందుచేతనే అలంకారముల సంఖ్య పరిమితము, ధ్వనుల సంఖ్య అపరిమితము చంద్రాలోకములో చెప్పిన వన్నియు కలిసినచో ఒక్క వంద అలంకారములుండును. (అర్థాలంకారములు) శబ్దాలంకారములన్నియు కలసి ఒక్క అరడజనులోపుగానే ఉండును. ఈ సంఖ్య ఎక్కడ? వేలకు మించిపోవుచున్న ధ్వనుల సంఖ్య ఎక్కడ? కనుకనే అనిర్వచనీయమైన ధ్వని ప్రకరణము అపరిమితముగాను, నిర్వచనీయమైన అలంకార ప్రకరణము పరిమితముగాను అలంకార గ్రంథములందు కనుపించుచునే యుండును.

ధ్వనినిర్వచనమును అతివ్యాప్త్యవ్యాప్తి దోషములు వెంటాడు చున్నవనియు, అందుచేత నిర్వచన ప్రయత్నము కుంఠితమై పోవుచున్నదనియు వెనుక మనవి చేసితిని. కొంచె మీవిషయమునకే సంబంధించినది మరొక చమత్కార మున్నది ఒక్కొక్కసారి ధ్వని అలంకారముగాకూడా కనుపించవచ్చును. అట్టి అలంకారమే దృక్కోణము మారగానే ధ్వనిగా రూపాంతరము పొందవచ్చును ఇది ధ్వనినిర్వచనోద్యమమున కెంతటి బాధా హేతువు. అలంకారములలో ధ్వని అంతర్భవింపదనీ, సమాసోక్తిలో ధ్వని లేదని అనిరి. ఒక కావ్యమును గాక ఒక శ్లోకమును తీసికొని ధ్వనిరూప నిరూపణ చేయబూనుటచేతను వాచ్యవాచకాతీతమై లోకమంతట నభివ్యాప్తమైయున్న ధ్వనిని కేవలము వాఙ్మయరంగ పరిమితముగా భావించి ధ్వని వివేచన

చేయుట చేతను ఇట్టి అభిప్రాయము వచ్చినది. ఒక శ్లోకమును గాక ఒక కావ్యమును తీసికొన్నచో ప్రకరణ ప్రాధాన్య మని వార్య మగును. అన్యథా ప్రధానముకాని వ్యంగ్యము ప్రకరణ మునుబట్టి ప్రధానముగా మారవచ్చును. తద్ద్వారా గుణీభూత వ్యంగ్యము ధ్వనిగాను, ధ్వని గుణీభూత వ్యంగ్యముగాను, లేక ఒకొొక్కప్పుడు వాచ్యముగాను మారుచుండవచ్చును. ఉదా హారణ :- "అయ మైంద్రీముఖం పశ్య, ర క్త శ్చుంబతి చంద్రమాః" అని చంద్రాలోకము. చంద్రుడు రక్తుడై ఐంద్రీ ముఖమును చుంబించుచున్నాడు. ఇక్కడ చంద్రోదయమను వాచ్యార్థము ప్రస్తుతము. చంద్రుడు, అనగా నాయకుడు, రక్తుడై, అనురాగయుక్తుడై, ఐంద్రీముఖం అనగా ఒకానొక అంగనా ముఖమును చుంబించుచున్నాడు అను విశేషార్థము వ్యంగ్యము; అది అప్రస్తుతము. ప్రస్తుతము చెప్పగా అప్రస్తు తముస్ఫురించుట సమాసోక్తి అని ఆ అలంకారము నిర్వచింప బడినది. ఇందులో అప్రస్తుతమయిన నాయికా నాయకాది వ్యవహారము అప్రధానమనిచెప్పి, అందుచేత వాచ్యము ప్రధా నము, వ్యంగ్యము అప్రధానము, కనుక ధ్వని కాదు, అలంకారము అని సామాన్యముగా అందురు. ఎందుచేత చంద్రోదయ విష యము ప్రస్తుతము ఎందుచేత శృంగార విషయము అప్రస్తుతము అను ప్రశ్నకు సమాధానము దొరకదు. వాచ్య వ్యంగ్యముల ప్రధానత్వ అప్రధానత్వములు వాటి ప్రస్తుతత్వ అప్రస్తుతత్త్వ ములమీద ఆధారపడి యున్నవా? కాదు సౌందర్యాతిశయము మీద అని ధ్వని శాస్త్రము. అయితే సౌందర్యాతిశయము దేని మీద ఆధారపడియున్నది ? రసస్ఫూర్తి మీద; మరి రసమో?

చమత్కార జనక భావనా విషయార్థ ప్రతిపాదకశక్తి మీద. పిండితార్థమేమనగా- ప్రధానత్వ అప్రధానత్వములు చమత్కారాతిశయముచేతనే నిర్ణయమగుచున్నవి. అట్టి చమత్కారము భావుకునికి బుద్ధిచాతుర్యముమీద ప్రకరణముమీద ఆధారపడి ఉండును. ఇది లోకానుభవసిద్ధము. కొందరు సామాన్యార్థము చెప్పి వదలివేసినచోట్ల మరికొందరు తమ బుద్ధి ప్రాగల్భ్యము చేత విశేషార్థము పిండుదురు; అద్భుతమైన సొంపులు సొగసులు తీసి చూపుదురు. కవి అట్టివి ఉద్దేశించి ఉండవచ్చును, ఉండక పోవచ్చును. ఇట్టి సందర్భములందు ప్రధానము అప్రదానమై ధ్వని గుణీభూత వ్యంగ్యముగాను, అప్రధానము ప్రధానమై గుణీభూతవ్యంగ్యము ధ్వనిగాను భాసింపవచ్చును. కేవలము బుద్ధిచాతుర్యాధీనమైనప్పుడు శాస్త్రప్రమాణము చాలునా?

వెనుకటి చంద్రాలోక ఉదాహరణలో, ఒకవేళ అనగా ప్రకరణాంతరమం దుంచినప్పుడు, ఆ నాయికా నాయకాది వ్యవహారమే ప్రస్తుతమగును. అనగా చమత్కారాతిశయమును సంతరించుకొనును అప్పుడు కేవలము అప్రస్తుతత్వముచేతనే దాని చమత్కారత్వము సిద్ధించినది. వెనుకటి చంద్రాలోక ఉదాహరణలో ఇట్లున్నచో :-ఒక ఖండిత నాయిక నాయకునిపై క్రుద్ధ అయి ఉన్నది"ఐంద్రీముఖమును చంద్రుడు రక్తుడై చుంబించుచున్నాడు, నాకు కార్యాంతర మున్నది, నేను పోవలెను" అనుచు వెళ్ళబోవును నాయకుడు పోవద్దని బ్రతిమాలుకొనును. ఈ సన్నివేశములో అది చంద్రోదయవేళ కాకపోయినచో సరే; ఒకవేళ అయినప్పటికిని, ఏది ప్రస్తుతము అన్నప్పుడు ప్రకరణము చేత వ్యంగ్యమే ప్రస్తుతము, సమాసోక్తి ధ్వనికాదు అలంకారము

అనిన సందర్భములో వ్యంగ్యము సుందరముగా ఉన్నను వాచ్యమునకే శోభాహేతువుగా ఉన్నది గనుక అలంకారము అనిరి. ఇప్పుడు ఈ ఉదాహరణలో ప్రకరణము మార్పుచేత ఏది దేనికి శోభాహేతువనవలెను? నాయిక నాయకుని ఆక్షేపింప దలచినది. దానిని సుకుమార క్రియగా చేయుట ఉత్తమ పద్ధతి; అట్టి వాక్చమత్కృతి చూపించి కసితీర్చుకొను సందర్భములో చంద్రోదయమయినచో అది వ్యంగ్యమునకే ఉపస్కారకమయినది. వ్యంగ్యమునకు శోభనిచ్చినది. దీనిని ధ్వని అందుమా అలంకార మందుమా? సమాసోక్తికి ప్రస్తుతమా అప్రస్తుతమా అన్నది గీటురాయి; అంతవరకు అది బాగుగనే ఉన్నది. కాని ధ్వని నిర్ణయము దగ్గరనే చిక్కు. అది వాచ్య వ్యంగ్యముల ప్రధానత్వ అప్రధానత్వములమీద ఆధారపడి ఉండునది. ఈ ప్రధానత్వమునకు గీటురాయి ఒక్కటిలేదు. ఒకచోట సౌందర్యాతిశయ మనబడినది. ఒకచోట రసస్ఫూర్తి అనబడినది, ఒకచోట ఒకదానికొకటి ఉపస్కారక మగుట అనబడినది. ఎవ డనెను? శాస్త్రకారుడు. ఇవికూడా అన్నియు ఒక్కటే అని సమర్థించుటకు వీలున్నచో బాధలేదు. కానీ అది సాధ్యమగుట లేదుగదా? రసస్ఫూర్తి కలిగించునదే సౌందర్యాతిశయము గలది అనవచ్చును. అంతవరకు పరిపోవును. కానీ రసస్ఫూర్తి కలిగించునదిగదా కనుక ధ్వని అనుకుందమా అన్నచో అది వాచ్యమున కుపస్కారమయినదే, ఎట్లు? కనుక రసస్ఫూర్తి గీటురాయి కాదు. రసస్ఫూర్తి గీటురాయి అయినచో వెనుకటి ఉదాహరణలోని సమాసోక్తిని ప్రకరణాపేక్ష లేకుండగనే ధ్వని అనవలెను. కాదు, ఉపస్కారకత్వమే గీటురాయి అందుమా, మొత్తమంతయు

ప్రకరణాధీనమగును. అట్టి పరిస్థితిలో ఏదిధ్వని ఏది అలంకారము అని నిర్ణయించుట ఎట్లు?

మరొక చమత్కారము:- ఒకచోట వాచ్య చమత్కారము వ్యంగ్య చమత్కారము సమాన స్కంధములో ఉండును. సౌందర్యాతిశయము గీటురాయి అనుకున్నచో ఈ చిక్కు తీర్చుట ఎట్లు? ఒక బుద్ధిమంతుడు వాచ్యచమత్కారము ప్రధాన మనును. మరొకడు, కాదు, వ్యంగ్యచమత్కారము ప్రధాన మనును. అప్పుడు అది ధ్వనియా, గుణీభూతవ్యంగ్యమా. అలంకారమా? "అళికలిత పంకజము రొక్క యతివ తెచ్చి చుట్ట మగు నట్టి వనితకు చూపుటయును, తన కురులు మొగము నెదుట నద్దంబులేక, తోచెననుచు నసుమ్మగ్ధ యద్భుతము నొందె," అని (చిమ్మపూడి అమరేశ్వరుని) పద్యము ఈ పద్యములో చికురాలంకృతముగ్ధా ముఖము అళికలిత పంకజమువలె ఉన్నది అను వ్యంగ్యార్థమున కంటె అద్దము లేక నే నాముఖము కనుపించు చున్నదే అను వాచ్యార్థము రమణీయముగా ఉన్నది. కనుక ఇది గుణీభూత వ్యంగ్య మనిరి. ఇది ఒక అలంకారవిశేషము కూడా. ఇందులో ముగ్ధ ముగ్ధయే అయినచో భ్రాంతి మత్తు; అట్లుకాక ముగ్ధాశబ్దము వాచ్యమాత్రమే అయినచో (అనగా ప్రౌఢఅయినచో) ఛేకాపహ్నుతి (కొన్ని అలంకారములు కూడా ప్రకరణమును బట్టి మారుచున్నవి చూచితిరా) వెనుక చెప్పిన వ్యంగ్యాధికవాచ్య రమణీయత ఆసందర్భమునందే సరిపోవును. ఈ పద్యవాక్యమును భిన్న సన్నివేశములో పెట్టి చూపింతును. రాజకుమారుడు మంత్రికుమారుడు గాఢ

మిత్రులు. విహారము వెళ్ళిరి. ఒక వనములో తామరకొలను. గట్టున చంద్రకాంత శిలావితర్దిక మీద ఇద్దరు యువతులు, మన మిత్రులు ఒక గురివెంద పొద మాటున పొంచి చూచు చున్నారు. ఒకతె అతిలోక సౌందర్యవతి, రెండవది ఆమె చెలి కత్తెగా ఉన్నది. రాజకుమారుని మనస్సు సుందరిపై తగులు కొన్నది. అది స్నేహితుడు గ్రహించెను. రాజకుమారుడు సుంద రిపై వలపుతో పక్షపాత వచనములు పలుకును, "ఆ సుందరి పాపమెంత ముగ్ధగా ఉన్నది," అనును స్నేహితుడు కాదనును. అంతలో కొలను దగ్గర చెలికత్తె అళికలిత పద్మము తీసికొని రాగా సుందరి "అద్దము లేకనే నాముఖము కనుపించు చున్నదే" అని ఆశ్చర్యము వెల్లడించును. స్నేహితుడు "మిత్రమా, చూచి తీవా, ఎంతో అమాయిక అంటివే? ఈ అన్న మాటలు విన్నావు గదా? నీ నాయిక ముగ్ధేలే" అనెను. ఈ సందర్భమున స్నేహి తుని మాటలు వ్యంగ్యవిలసితములని విశదమేగదా, నాయిక ముగ్ధకాదనీ, అది రాజకుమారునికి వలపుచేత కలిగిన పక్షపాత దృష్టి అనీ, వాస్తవముగా నాయిక ప్రౌఢ అనీ, తన సౌందర్య మును చెలికత్తెకడ ఉగ్గడించుకొనుచు తనముఖము పద్మసదృశ మని వాచ్యముగా అనక అద్దము లేకయే నాముఖము కను పించుచున్నదే అని ఆశ్చర్యము నభినయించినదనీ చెప్పి మిత్రమా నీ నాయిక కడుముగ్ధ అనెను. "ప్రసాదం కావాలట భక్తుడొచ్చాడు," అని ప్రసాదము వేళకు ప్రత్యక్షమగు భక్తుని గురించి పూజారి అన్నచోట భక్తుని వంటి దీ ముగ్ధాశబ్దము. ఇక మన చిక్కు సంగతి- ఇక్కడ వాచ్యము ప్రధానమా వ్యంగ్యము ప్రధానమా? సౌందర్యాతిశయము గీటురాయి

అనుకుందము. వాచ్య సౌందర్యము గొప్పదా, వ్యంగ్య సౌందర్యము గొప్పదా? వాచ్యసౌందర్యము ప్రత్యక్ష సిద్ధము. పోగా, ఇక్కడ వ్యంగ్య సౌందర్యము ఉన్నదా? అనగా అది వాచ్య సౌందర్యమున కన్న అధికముగా ఉన్నదా లేక న్యూనముగా ఉన్నదా లేక న్యూనాధిక్యరహిత స్థితిలో ఉన్నదా? వ్యంగ్య సౌందర్యమున్నది. ఏమిటది? నాముఖము పద్మసదృశమని స్ఫురింప జేయుట వ్యంగ్యము. ఈ సందర్భమున ఆమె ముగ్ధ కాక ప్రగల్భా శబ్దవాచ్య మాత్రమే అగుటచేత వ్యంగ్య ఇనుమడించినది. ఆ స్త్రీ ప్రౌఢయై తన సౌందర్యాతిశయమును తానే ఉగ్గడించుకొనుచున్నది. ఇది స్ఫురించి నంతనే ఆస్వాదకుని హృదయము రసప్లావితమగు చున్నది. మరింత ముఖ్యమయిన విషయము - ఇది స్ఫురింప కున్నచో ఆస్వాదకుని కట్టి స్థితికలుగదు. అందుచేత వ్యంగ్యము రసస్ఫోరక మయినది; శాస్త్రకారుని ఒకగీటురాయికి నిలచినది. వాచ్యమట్టిరసస్ఫూర్తిని కలిగించు చున్నదా ఇక్కడ? లేదు. ఎందుచేత? వాక్యమున నాయికను ముగ్ధ అనును అనగా అళికలిత పద్మమును నిజముగా తన ముఖ ప్రతిబింబమని నమ్మిన దన్నమాట. అందుచేత ఇక్కడ వాచ్యములో భ్రాంతి, ముగ్ధత్వములే ఉన్నవి. అవి రసస్ఫోరక సమర్థములు కావు భావుకుని చర్వణ క్రియచేత నాయిక ప్రౌఢ, తన సౌందర్యమును ఉగ్గడించుకొనుచున్నది అని స్ఫురించినప్పుడు రసస్ఫూర్తి కలుగుచున్నది. అందుచేత రసస్ఫూర్తి అను ప్రమాణము ప్రకారము వాచ్యము ప్రధానముకాదు. కాని మరొక చిత్ర మేమిటనగా - నాయికప్రౌఢ ఆత్మ

సౌందర్య ప్రశంస చేసికొనుచున్నది అను రసస్ఫోరక భావము "నాముఖమూ ఈ పద్మమూ సమానముగా కనుపించు చున్నవి" అనునటువంటి వాక్య విన్యాసముచేత కలిగినది కాదు. పద్మమును చూచి "నాముఖము అద్దము లేకుండా కనుపించు చున్నదే" అను విచిత్ర వాక్య విన్యాస వైఖరిచేత కలుగుచున్నది. ఆవైఖరి చమత్కార భాజనము. అందుచేత వాచ్యమునందుకూడ సౌందర్యమున్నది. ఈ సౌందర్యము సామాన్యముకాదు. ఈ సౌందర్యము ఆ సౌందర్యమునకు ప్రాణభూతమైనది. అందుచేత ఇక్కడ వాచ్యవ్యంగ్య చమత్కారములు సమాన స్కంధములో ఉన్నవి. కాని మరొక చమత్కారము - వాచ్యమింత ప్రాణభూత మైనను, వ్యంగ్యార్థము ప్రౌఢ ఇత్యాది ప్రతీతి నివ్వక కేవలము "ముఖము పద్మ సదృశము" అన్నంతమాత్రమే అయినచో వాచ్యార్థము గతేమిటి? నాయిక ముగ్ధ. అందుచేత పద్మమును చూచి ముఖ ప్రతిబింబముగా భ్రమించినది ఇంతే. ఇట్టి వాచ్యమునందు చమత్కార మొక పాటిదేగాని విశేషములేదు. అది ఒక చమత్కారముకూడా కాదు. కానీ మనస్సులో అది పద్మమని తెలిసికూడా ఆ విషయమును అపహ్నవించి అద్దము లేకనే నాముఖప్రతిబింబము కనిపించు చున్నదే అను వాచ్యము చెప్పినప్పుడు అట్లుకాదు. వాచ్యమునకు అపహ్నవత్వలక్షణ విశేష మొకటి సంభవించు చున్నది. ఈ విశేష లక్షణము వాచ్యమున కెట్లు వచ్చినది, ఆస్వాదకుని భావనచేత, ప్రౌఢత్వ స్వోత్కర్షాది వ్యంగ్యముచేత, - అనగా వ్యంగ్యముచేత వాచ్యము యొక్క చమత్కారము పెరిగినది.

అందుచేత వ్యంగ్యము వాచ్యమునకు ఉపస్కారకమైనది - మరికొంత వివరణ - ముందొక విచిత్ర వాక్య విన్యాస వైఖరీ రూపమైన వాచ్యము. అది ముగ్ధ ఇత్యాది, ప్రకరణ మిచ్చట మూలము, దానిచేత ముగ్ధకాదని తెలిసికొనగానే ప్రౌఢ ఇత్యాది రసధ్వని కలుగుచున్నది. ప్రకరణము మాట అటుంచి దీనికి వాచ్య సహాయము ప్రాణభూతమని వెనుక వివరించితిని; అట్టి వాక్యవైఖరి లేక ఈ ధ్వని రాదు గనుక. (అదివినా ఇదిలేదు) అందుచేత రసధ్వనికి వాచ్యోపస్కారము తెల్లము, ధ్వని వచ్చిన తర్వాత అంతటితో ముగియదు. అది వాచ్య చమత్కారమును, పెంచుచున్నది. ప్రౌఢఇత్యాది ధ్వని, వాచ్యములో పద్మమని తెలిసికూడా సత్యమును అపహ్నవించి చెప్పుచున్నదను స్థితిని నెలకొల్పు చున్నది. పద్మమని తెలిసికూడ ఇట్లను చున్నది అనినప్పుడు వాచ్యములో చమత్కారము పెరుగుచున్నది. ఈ చమత్కారము ధ్వని రాక పూర్వములేదు భావుకుడు ప్రౌఢ అని వూహించిన తర్వాతనే అపహ్నవత్వ లక్షణ సమన్విత వాచ్య ప్రతీతి వచ్చుచున్నది. తత్పూర్వము వాచ్యమునకు అపహ్నవత్వములేదు. అందుచేత ధ్వని పూర్వవాచ్యము ధ్వన్యనంతర వాచ్యము చమత్కార వైభవమునందు భిన్నములే. ధ్వన్యనంతర రామణీయతాధిక్యము వాచ్యమునకు వచ్చుట వాచ్యమునకు వ్యంగ్యము చేసిన ఉపస్కారము. ఇట్లు ఇదొక చమత్కార వలయము. ప్రమాణము తీసుకొన్నచో వాచ్య వ్యంగ్యములు సమాన స్కంధము నందున్నవి. కనుక ఏమియు తేలదు. రసస్ఫూర్తి అనుప్రమాణము తీసుకొన్నచో ధ్వని అని తేలును. ఉపస్కారక

త్వమను ప్రమాణము తీసికొన్నచో ధ్వని అగును, ధ్వనికాదు కానీ గుణీభూత వ్యంగ్యము కూడా కాదు అని తేలును ఈ తేలుట తేలుటా లేక మునుగుటా అను నిర్ణయము బుద్ధిమంతులకే వదలి వేయుదును.

ఇంతవరకు ధ్వని పరబ్రహ్మమయినచో దానికి పరబ్రహ్మ లక్షణములున్నవా అని విచారించుచు, ఆ లక్షణములున్నవని వర్ణించుచు, ధ్వని సర్వవ్యాపకమనీ, అనంతము, అసంఖ్యాకము అని, అందుచేత అనిర్వచనీయమని, నిర్వచనోద్యమము అతివ్యాప్త్యవ్యాప్తి దోషార్గళ బద్ధమని, వివరించితిని, మరొక ముఖ్యమైన విషయము చెప్పెదను. అది ధ్వనియొక్క అశరీరత.

కావ్యములో శబ్దార్థములు శరీరము, ధ్వని జీవము అని ప్రామాణిక వచనము, ధ్వనియొక్క అశరీరత్వము వలన అది అనిర్వచనీయమైనది. ధ్వనిలోని అశరీరత అర్థములో తగ్గినది; శబ్దములో మరింత తగ్గినది, శబ్దములో శరీరత నిండారినది. నిర్వచనీయత రీత్యా చూచినచో శబ్దార్థధ్వనులలో ఒక అనుక్రమణిక ఉన్నది. శబ్ద విషయము నిర్వచన సాధ్యము; అర్థ విషయము కష్టసాధ్యము; ధ్వని విషయ మసాధ్యము. ధ్వని ప్రస్థానము నందు శబ్దమునుండి అర్థమునకు పోవుసరికి వాచ్యత తగ్గును. అర్థము నుండి ధ్వనికి చేరుసరికి వాచ్యత నశించును. శబ్దము వాచకము; అర్థము వాచ్యము; శబ్దమును వచింపకున్నచో దానికి అస్తిత్వమే లేదు. వాచకమైన శబ్దమునందు వాచ్యమైన అర్థమున్నది. అర్థము నందొక వాచ్యత యున్నచో

శబ్దమునందు రెండు వాచ్యత లున్నవి. అనగా శబ్దమునందు వాచ్యత ద్విగుణము కానీ అర్థము ధ్వనిగా మారునట్టి సందిదశ చిత్రముగా ఉండును. శబ్దాలంకారములకు ధ్వనికి సంబంధ మంతగా లేదు కానీ అర్థాలంకారములకు ధ్వనికి లేదని అన లేము అర్థాలంకారములు క్రమముగా ధ్వనిగా మారును రూపక ఉపమాదులను దాటిన తర్వాత వచ్చు సమాసోక్తి, పర్యాయోక్తి, అప్రస్తుతప్రశంస, అపహ్నుతి ఇత్యాది అలం కారములందు వ్యంగ్య పల్లవములు గోచరించును. ప్రకరణమును బట్టి ఈ అలంకారములు వ్యంగ్య ప్రాధాన్యమును సంతరించు కొని ఎట్లు ధ్వనిగా పరిణమించునో వెనుక చంద్రాలోక ఉదాహరణలోను చిమ్మపూడి అమరేశ్వరుని పద్యములోను విశదీకరించితిని.

పరబ్రహ్మస్వరూపమయిన ఈ ధ్వని అనాది సిద్ధము. వాల్మీకి కాళిదాసులందు పొంగి పొరలినది. తొమ్మిదవ శతా బ్దములోనే ధ్వనిమతాచార్యుడైన ఆనందవర్ధనాచార్యు డవత రించెను. ఇది వాఙ్మయప్రపంచముమాట. కాని వ్యంగ్యమాధురి సృష్టియందంతట అంతర్యామిగా ఉన్నదని, అది యావజ్జీవ వ్యాపారహేతువని గదా నేను తొలుత ప్రసంగించినది. ఇది వేత్తలకు అమృత ప్రాయమైన వస్తువు.

ధ్వని అనిర్వచనీయమని ఫలితార్థము. కానీ ఆనంద వర్ధనుడు అనిర్వచనీయమన్న వాదమును ఖండించెను. తక్కిన విరోధవాదములను ఖండించినప్పుడు అవి సహేతుకముగను

సౌష్ఠవముగను ఉన్నవి. కాని అనిర్వచనీయతావాదఖండన మాత్రము అట్లు లేదు. ఈ వాదమువారు లక్షణము చెప్పుటకు చేతగాని అప్రగల్భులని త్రోసివేసెను. కాని, తాను లక్షణము చెప్పుటకు పూనుకొని ధ్వని అనిర్వచనీయమని చెప్పినచో తన కార్యమునకు విప్రతిపత్తి రాదా? దానిమీద లోకమునకు ప్రామాణికబుద్ధి కుదురునా? కుదరనప్పుడు దానికి శాస్త్రత్వము సిద్ధించునా? కనుక నిర్వచనీయమనుట స్వకార్య సమర్థనార్థమే కావచ్చును. కాని ఒకటి గుర్తింపవలెను. చేసినంత వరకు ఆచార్యుల వారి పని లోకోపకారకమే ఆయెను. అన్ని శాస్త్రములు అంతయు చెప్పలేవు. కాని ఆనందవర్ధనాచార్యులు ఆ మాట అనక, బ్రహ్మపదార్థ వివేచన చేసిన తత్త్వవేత్తలు స్వశాస్త్ర ప్రతిష్ఠాపనార్థము బ్రహ్మము నిర్వచనీయమని ఎట్లు అనలేదో అట్టి మార్గమును అవలంబించి యున్నచో శ్రేష్ఠముగా ఉండెడిది. బ్రహ్మము అనిర్వచనీయమని ఒప్పుకున్నందు వలన వారు శాస్త్ర ప్రతిష్ఠాపన మానుకొననులేదు, తమ శాస్త్రము బ్రహ్మమును నిర్వచించునని చెప్పనులేదు. ఒకవేళ అనిర్వచనీయమని చెప్పినను, ఫలితమొక్కటేగదా. ఈ అవాఙ్మానస గోచర విషయ జిజ్ఞాసకు మా శాస్త్రము కొంత సహాయము చేయును, అపరోక్షానుభూతి మీరే సాధించుకొనవలెను అని నిష్కర్షగా చెప్పిరి. దానివలన వేదాంతమునకు శాస్త్రత్వము లోపించలేదు. అందుచేత బ్రహ్మజిజ్ఞాస విషయములో మహనీయులు శాస్త్ర ప్రవచనమునకు ఎంత ప్రాధాన్య మిచ్చిరో

ధ్వని విషయములో కూడా లాక్షణిక వచనమునకు అంత ప్రాధాన్యమే ఉండును.

ఇది ధ్వని మథనము. ఇది సహృదయైకవేద్యము ఇదంతయు తొలుత స్మరించిన శంకర భగవత్పాదుల శ్లోకమునకు వ్యంగ్యార్థము.

—o—

తిక్కన సోమయాజి ఏకైక ధ్వని కావ్యప్రణేత

"లతాం పుష్పవతీం స్పృష్ట్వా స్నాతో విమల వారిషు పునస్సంస్పర్శ శంకీవ మందం చలతి మారుతః" అని ఒక సుప్రశస్తమైన శ్లోకం ఉంది. వాయుదేవుడు పుష్పవతియైన ఒక లతను ముట్టుకొని నిర్మలోదకములో మునిగి, మళ్ళీ ముట్టుకుంటానేమో అని భయపడుతున్న వానివలె మెల్లమెల్లగా కదలుతున్నాడు అని తెలుగులో దీని అర్థం. ఇక్కడ—గాలి పూచిన తీగను ముట్టుకుంది. అందుచేత పరిమళభరితం అయింది. శుభ్ర వారిలో మునిగింది అందుచేత చల్లదనాన్ని సంతరించుకుంది. మెల్లగా సంచరిస్తూ ఉంది. పరిమళ భరితత్వ, శీతలత్వ, కోమలత్వములు అనే త్రివిధప్రధానలక్షణములచేత గాలి ఆహ్లాదకరంగా ఉందని సామాన్యార్థము. కానీ ప్రతిభావంతుడైన కవి కనుక, ఆ సామాన్య విషయాన్ని చెప్పడంలో అతి సుకుమారమైన కొన్ని చమత్కారాలు చేశాడు. మొరకైన సాముగరడీ లేవీ చేయలేదు లత స్త్రీ లింగము, పుష్పవతి అన్నాడు, అందుచేత రజస్వల అనికూడా స్ఫురిస్తూ ఉంది. వెంటనే స్నాతో విమల వారిషు అన్నాడు. శుభ్ర గంగలో స్నానం చేయడం రజస్వలను ముట్టుకున్నందుచేత; పునస్సంస్పర్శశంకీవ మళ్ళీ ముట్టుకుంటానేమో అని భయపడుతున్న వానివలె మెల్ల మెల్లగా వెళ్ళుతున్నాడు. మారుతః అనే శబ్దం పుంలింగం. సామాన్యార్థము ఒకటి ఉండగా ఒక విశేషార్థస్ఫూర్తికూడా కలుగుతూ

ఉంది. అది పరమరమణీయంగా ఉంది. దీన్ని వ్యంగ్యం అంటారు. ఆ సందర్భంలో వ్యంగ్యం ప్రధానమైతే దాన్ని ధ్వని అంటారు. అప్రధానమైతే గుణీభూతవ్యంగ్యం అంటారు. ప్రధానమైనా అప్రధానమైనా వ్యంగ్యచమత్కారం ఉత్తమోత్తమమైన కవిత్వ శోభాహేతువు అని మహానుభావులైన (అంటే మనకంటే బుద్ధి మంతులైన) ఆలంకారికులు నిర్ణయించారు

కొందరు కవులు యమకాది శబ్దాలంకారాలు వాడి శబ్ద చమత్కారం చూపిస్తారు. భాస్కరుడు, నాచన సోమ నాథుడు, పోతనాదులు ఈ కోవ వారు. మరికొందరు ఉత్ప్రేక్ష, అతిశయోక్తి, శ్లేష యిత్యాది అర్థాలంకారాలు గుంభించి అర్థ చమత్కారం చూపిస్తారు. అల్లసాని, రామరాజభూషణాదులు ఈ మార్గంవారు. ఉత్తమోత్తమ కావ్యలక్షణంగా రసజ్ఞులు పేర్కొన్న వ్యంగ్యచమత్కారం తెనుగు కవిత్వంలో చూపిం చినవారు నాకు తెలిసి యిద్దరే—తిక్కన సోమయాజి, తెనాలి రామకృష్ణుడు. ఇంకా ఎక్కువమంది ఉన్నారని ఎవరైనా నిరూపించినట్లయితే ఆంధ్రసాహిత్యాభిమానులకు అంతకంటే సంతోషకరం ఏముంటుంది? వ్యంగ్యచమత్కారం చూపించే కవితా స్వభావం ఉన్నవారు పాండురంగ తిక్కన లైతే వ్యంగ్యచమత్కారం ప్రధాన లక్షణంగా భాసించే ఒక కావ్యమే వ్రాయడం ఒక్క తిక్కన సోమయాజి మాత్రమే చేశాడు. సంస్కృతంలో ఈ లక్షణం వాల్మీకి కాళిదాసుల్లో పుష్కలంగా కనిపిస్తుంది

సాహిత్యరంగంలో మనవారు వ్యంగ్య చమత్కారానికి అగ్రస్థానం ఇచ్చారు. ధ్వని కావ్యనికషోపలం దాన్ని

ఆధారం చేసుకుని ఆలంకారికులు కావ్యాల తారతమ్యాలు నిర్ణయించారు. వ్యంగ్యం ప్రధాన మైతే ఉత్తమకావ్యం, అప్రధానమైతే మధ్యమకావ్యం, అసలు లేకపోతే అధమకావ్యం అనీ అన్నారు. అందుచేత ఆలంకారిక సిద్ధాంతరీత్యా తెనుగు కావ్యాల్లో ఉన్న కావ్యత్వాన్ని కొలిచినట్లయితే నిలిచేవి ఎన్నో లేవు వ్యంగ్య చమత్కార వీరుడైన పాండురంగడు కూడా ఆగడు (అంటే తెనాలిరామకృష్ణుడు). అందుచేత మహానుభావుడైన తిక్కన సోమయాజి ఆంధ్ర సాహిత్య రంగంలో ఏకైకధ్వని కావ్యప్రణేతగా భాసిస్తాడు. ఇది ఎట్లా? ఆయన వ్రాసిన ధ్వని కావ్యమేది? ఆ నామధేయానికి దాని అర్హత ఏమిటి? తద్ద్వారా తిక్కనయొక్క ఏకైకధ్వని కావ్యప్రణేతృత్వం సమర్థనీయం అవుతూ ఉందా?

తిక్కన విరాటపర్వం ధ్వనికావ్యం "ప్రబంధ మండలి" అన్నాడు కనుక విరాటపర్వాన్ని ప్రథమ ప్రబంధముగా తీసుకోవాలి. పాండవులు ప్రసిద్ధ పురుషులు "మహితసముజ్జ్వలాకృతులు మానధనుల్ జనమాన్యులు..." అట్టివారు అజ్ఞాతవాసం చెయ్యాలి అంటే, వారి సముజ్జ్వలాకృతిని గర్భితం చేసి బహిర్గతంగా ఒక సామాన్యాకృతిని సంతరించుకుని సంచరించాలి— ఇదీ వస్తువు బయటకు ఒక సామాన్యార్థము ద్యోతకం అవుతూ గర్భితంగా ఒక విశేషార్థం ఉండడమేగదా ధ్వనిలక్షణం అందుచేత విరాటపర్వ కావ్యమందలి వస్తువు ధ్వనిలక్షణ సంపన్నం. కురు విరాటాదులకు గోచరించే కంకభట్టవలలాద్యాకృతులు సామాన్యార్థము. "వచ్చెడివాడు ఫల్గుణు" డనజాలిన భీష్మ ద్రోణాది బుద్ధిమంతులకు గోచరించు సముజ్జ్వలాకృతులు గర్భి

తార్థము. ధ్వనికావ్యం బుద్ధిమంతుల చేతిలో మాత్రమే ప్రకాశిస్తుంది. ఇదీ విరాటపర్వ కావ్యవస్తువులో ఉన్న పరమ రహస్యము. ఇట్లాంటి వస్తువు ప్రఖ్యాత వస్తువులందు న భూతో న భవిష్యతి "మత్పురాకృత శుభాధిక్యంబు దా నెట్టిదో" అన్నట్లుగా అట్టి విలక్షణమైన కావ్యవస్తువును నన్నయభట్టారకాది మహాత్ములు తిక్కనకు వదలిపోవడం ఆయన భాగ్యవిశేషం. తిక్కన అనంత మనీషి. దానికి తగినంత వస్తువు లభించింది. ఇక కావలసిందేమిటి ? ఇది ఆంధ్ర సాహిత్యంలో ఒక అద్వితీయ సన్నివేశం

ఒక పద్యంలో ధ్వని చూపించడం సామాన్య విషయం. ఒక ధ్వని కావ్యం వ్రాయడం ఎంతటి ప్రతిభావంతుడికైనా అనుకూలపరిస్థితులు లభించకపోతే అసాధ్యమైన కార్యం. కావలసిన అనుకూలపరిస్థితుల్లో వస్తువుకు మూడువంతులు ప్రాధాన్యం ఉంది. మిగతావన్నీ కలిసి నాలుగోవంతు. కారణం —వస్తువు కావ్యరచనావ్యవహారానికి హద్దు. వస్తువుకు అనుగుణంగా సన్నివేశాలు, పాత్రల సంభాషణలు, ప్రవృత్తులు మలచుకోవాలి. అవి ఎప్పుడు తద్భిన్నంగా నడుస్తాయో అప్పుడు వస్తువుయొక్క జీవపదార్థం ప్రతిహతం అవుతుంది. అందుచేత వస్తువు కావ్యసామగ్రిలో అంత ప్రధానమయింది.

ప్రస్తుత వస్తువులో కొన్ని అనన్యమైన చమత్కార లక్షణాలున్నాయి. సముజ్జ్వలాకృతులను గర్భితంగా దాచుకొనవలసిన అవసరం ఒకవైపు, తద్రహస్య విఘాతక శక్తులు మరొకవైపు. సమయభంగం చేయడానికి కంకణం కట్టుకుని కౌరవు

లున్నారు. ఇది ఇట్లా ఉండగా, ఆపదవచ్చి ఎవరికంటూ బడ కుండా పరుల పంచలో తలదాచుకొని కాలం గడుపుతూవుంటే ద్రౌపదిని కీచకుడు కామించి బలాత్కరిస్తాడు రహస్య విఘాతానికి యిది ఎంతటి ప్రబల హేతువు! ద్రౌపదీ పాండవులు దొంగకు తేలుకుట్టినట్లు వ్యవహరించుకోవాలి లేకపోతే అజ్ఞాత వాసదీక్ష భగ్నం అవుతుంది అనుక్షణమూ పాండవులు సమయ భంగ భయంతో ప్రవర్తిస్తూఉంటే తర్వాత క్షణం ఎట్లా ఉంటుందో, కథ అడ్డం తిరుగదుకదా, అని అనుమానిస్తూ అటు పాండవులుగానీ, ఇటు పాఠకులుగానీ నిరంతర సంశయంలో (సస్పెన్సు) ఉంటారు. ప్రసిద్ధ గాథ కనుక మనకి సంశయం ప్రతీయమానం కావడంలేదుగానీ క్రొత్తవారికి మాత్రం అనుక్షణం సంశయం తప్పదు ఈ లక్షణం, కథ రక్తికట్టడానికి గొప్ప హేతువు. ఇంత శక్తివంతమైన కథ ఇది! ప్రతిభావంతుడైన కవికి అనంతమైన సుక్షేత్రం. ఎంతవరకు వెళ్ళితే అంతవరకూ అవకాశం ఇచ్చేది.

కథ, అంటే వస్తువు, ధ్వని లక్షణసంపన్నం కావడమే కాక, కథయొక్క కీలకస్థానాలన్నీ వస్తుధ్వని భరితంగా ఉన్నాయి. 'మహిత సముజ్జ్వలాకృతులు' అంటే లక్షమందిలో నైనాసరే కొట్టవచ్చినట్లు కనుపించే విస్ఫురన్మూర్తులు. ఆకృతిని మార్చుకున్నా తన్మూర్తిస్ఫురణ అనివార్యం అవడంచేత అజ్ఞాతంగా మసలడం అసాధ్యం అని ధ్వని. "మానధనుల్" అజ్ఞాతవాసం కనుక తెలియక ఎవరివల్లనైనా కించిదవమానం ఘటిల్లినట్లయితే వారు సహించలేరు. చేయవలసింది నీచమైన సేవకావృత్తి; అవజ్ఞకు అవకాశాలు ఎక్కువ. వీరామానధనులు,

అందుచేత రహస్యోచిత వర్తనా విఘాతం కలుగవచ్చు. గనుక అజ్ఞాతవాసం అతిదుస్సాధ్యం అని ధ్వని. "జనమాన్యులు" అశేష ప్రజానీకంచేత పూజింపబడుచున్నారు అంటే అతి ప్రసిద్ధులు, అందరికీ తెలిసినవారు. అట్టివారి అజ్ఞాతవాసం ఎంతో దుర్ఘటమని ధ్వని. అందులోనూ "అంగనాసహితము గాగ", మగవారే అయితే ఎట్లాగయినా సర్దుకోవచ్చు, భార్యా సహితంగా అయితే మరింత బాధ. ఈ విధంగా రాబోవు అప్రభేద్యమగు అజ్ఞాతవాసం ఎంతో దుస్తరమైనదనీ, ఏతద్వృత్తాంతం అందుచేత అతి చమత్కారంగా ఉండగలదని తిక్కన "కవినిబద్ధవక్తృ" మైన జనమేజయుడిచేత ఆగామికథా ప్రబంధప్రౌఢిని ధ్వనింప జేశాడు ఇది "కవినిబద్ధవక్తృప్రౌఢోక్తి సిద్ధార్థ శక్తి మూలవస్తుకృత వస్తుధ్వని." ఇట్టి వీ గ్రంథంలో కొల్లలు. "మహనీయమూర్తి..." (అ-1. ప. 67) "కడమిమై సౌగంధికము" (అ-1. ప 74) "ఇది కడుమద్దరాలు..." (అ- 1 ప. 103) ఇత్యాదులు కొన్ని ఉదాహరణలు మరొక పద్యం— "కర చరణాద్యంగకంబు లేలొకొ రత్నభూషణ ప్రకరంబు పొందు దొరగె... ధవళాత పత్రముల్ దరచుగా నేలొకొ పట్టరు మౌక్తిక ప్రభలు వెలుగ... ఇతడు రాజగు... సార్వభౌమ పదవికి దగియెడు భంగివాడు" (అ-1 ప. 156) ఇవి, వచ్చెడి కంకభట్టును చూచి విరటుడు చెప్పిన మాటలు. ఇది సందేహానుప్రాణిత విభావనాలంకారము. ఇట్టి సందేహ విభావనలచేత కంకభట్టు యొక్క వాస్తవస్థితిని కవి విరటునిచేత ధ్వనింపజేశాడు —పాండవులు మారు వేషాలతో విరటుని కొల్వుకు రావడంతో ఈ ప్రబంధం ప్రారంభిస్తుంది. జనమేజయుడికి వైశంపాయనుడు

చెప్పిన మాటలు, ధౌమ్యోపదేశాది వృత్తాంతములు యిత్యాదు లన్నీ భారతంగనుక తదుచిత ఐతిహాసిక ధోరణీవశంగా వచ్చినవే. ''ప్రబంధ మండలి'' అని కవి చెప్పిన మాట కావ్యారంభాన్ని విరాటసభకు కపటవేషధారులై పాండవులు ప్రవేశించడంతో అనుసంధించుకోవాలి. అప్పుడు ''కరచరణాద్యంగకంబులు'' అనే పద్యంలో ఉన్నదని నేను చెప్పిన సొగసు గోచరిస్తుంది. ఈ విధంగా ఈ పద్యం ''కవినిబద్ధ వక్తృప్రౌఢోక్తి సిద్ధార్థ **మూ**లాలంకారకృత వస్తుధ్వని''. ఇట్లాగే కౌరవ సేనగాదు త్రిజగంబులు నొక్కట నెత్తివచ్చినం దేరు బృహన్నలావశగతిం జరియించిన గెల్వవచ్చు తద్వీరగుణంపుసొంపు పృథివీవరనందన మున్నెరుంగుదుం గారణ జన్మమై తను పికారము వచ్చిన పెంపుదప్పునే'' అని సైరంధ్రి ఉత్తరుడితో చెప్పిన పద్యంలో ఒకానొక అలంకార విశేషంచేత బృహన్నల సాక్షాత్తు విజయుడే అనే వృత్తాంతాన్ని కవి వస్తుధ్వనిగా చెప్పాడు.

ఈ విధంగా కవి కథలో అనేక పర్యాయాలు తత్తదుచిత స్థలములందు వస్తుధ్వనిని నిక్షేపించి రాబోవు వృత్తాంతాన్ని సూచించడమేగాక పాండవుల కలరూపును, వారి భావి జయాభ్యుదయాలను ధ్వనింప జేశాడు. విపులంగా ఉదహ రించడం మొదలిడితే గ్రంథం పెరిగి వింధ్యం అవుతుంది. వస్తు ప్రవాహానికి అనుకూలంగా సన్నివేశ సంభాషణాదులు నడచాయని మనవి చేశాను. ఇందులో ప్రధానమైన సన్నివేశం కీచక శృంగార వృత్తాంతం. మహాసత్త్వ సంపన్ను లైన పాండవులసతి దుర్నిరీక్ష్య. అట్టి సతిని "దుర్విదగ్ధుండును" సత్త్వహీనుండు నగు కీచకుడు మోహించాడు. ''వెరవక

ననుజూచె వీడని సొందగలుషిం'' చిందట సైరంధ్రి. ఆపని వాడికి "అందని మ్రాకుల పండ్లు గోయదలచుట" వంటిదని సైరంధ్రియే చెప్పింది. తన శక్తికి మించిన పని చేయబూనడం అవివేకం, అందులోనూ శృంగారం ఇంగులో హాస్యరస సృష్టికి ఎంత అవకాశం కనుపించింది. కవికి అవకాశం దొరికింది గదా అని విశృంఖలంగా వర్తించడు, మహానుభావుడు గనుక. అందుచేత కీచక శృంగారాన్ని దర్భపల్లవాగ్రంతో సమానమైన హాస్యంగా రూపొందించాడు. ఆ హాస్యరసాన్ని కథలో రసధ్వనిరూపంలో నిక్షేపించి ప్రధానమైన శృంగారానికి ఊడిగం చేయించాడు ఇది అనన్యసామాన్య ప్రతిభ కీచకుడ్ని "రూపాభిమానియు, నానాభరణ ధరణ శీలుండును దుర్విదగ్ధుండును బలగర్వితుండును" అని వర్ణించాడు తర్వాత "వాడును సత్త్వహీనుండును గావున'' అన్నాడు అంతా వాచ్యంచేయడం వాడి స్వభావం. నిగ్రహించుకోలేడు. నిగ్రహించుకోలేకపోవడం వాచ్య లక్షణం. నిగ్రహించుకోవడం ధ్వని లక్షణం.

సమయభంగభయం చేతనూ ధీరోదాత్త లక్షణంచేతనూ ద్రౌపది నిగ్రహం చూపిస్తుంది. కీచకుడి అనుచిత ప్రవర్తనకు ద్రౌపది "కలుషించియు దుర్వారంబైన పరిభవ వికారంబు దోపకుండ దన్నుదాన యుపశమించుకొని ... వేగిరపాటు వలనుగాదు వెరవుతో తప్పించుకొనవలయు'' అని తద్విధంగా ప్రవర్తించింది. అందుచేత కీచకుడు వాచ్యం. ద్రౌపది ధ్వని. ఇరువురికీ పొత్తు కుదరదు. కనుక రసాభాస అయింది.

రసాభాసం నుంచి హాస్యం ఉదయించింది. ఇక ఈ హాస్యం ఎంత సున్నితమో చూడండి. కీచకుడు సైరంధ్రిని వలచి తన అప్ప సహాయంతో ఆమెను పొందదలచినాడు. ఇది అప్ప గ్రహించి అనుచితమని భావించి చతుర గనుక వాడడిగిన సైరంధ్రి వృత్తాంత ప్రశ్నలు "గీటునంబుచ్చి యొండుపలుకులు జరపిన" వాడును సత్త్వహీనుండుగావున "ద్రౌపదియున్న యెడకుంజని యా సమీపంబున నడ్రాడుచు," ఇత్యాది. ఈ అడ్రాడుచు అన్న ఒక్క సన్నని తెనుగు పదంతో కవి కీచకుడి పూర్వోక్త యావద్గుణగణ సామగ్రిని అమోఘంగా ప్రజ్వలితం చేశాడు ఒక చిన్న పువ్వులో ఎంతోతియ్యని తేనెబిందు వొక్కటి ఉన్నట్లు, ఒక చిన్న వజ్రాంకురంలో ఎన్నో లక్షల రూపాయల విలువ గర్భితంగా వున్నట్లు ఈ ఒక్క అడ్రాడుచు అను పదంలో ఎంత అనంత హాస్యం ఉందో రసజ్ఞుల ఊహకే వదిలివేస్తున్నాను. అడ్రాడుతున్నాడు అనుటచేత ద్రౌపదిం డాయ వెరచుచున్నాడనీ మోహాతిరేకం ముందుకు త్రోస్తున్నదనీ ధ్వనించడం లేదా? ద్రౌపదిని డాయ వెరచుచున్నాడనుటచే ఆమె గాంభీర్యము ఆమె దుర్నిరీక్ష్య సాధ్వీత్వమూ ధ్వనించడంలేదా? ప్రయోగించిన పద మెంత అల్పము? ధ్వన్యమానం అవుతున్న అర్థమెంత అనల్పము? చెప్పినదానికంటె చెప్పనిది అనంతము, అది రమణీయము.

ఇక ఈ సన్నివేశంలోని మరికొంత హాస్యం చూద్దాము. కీచకుడు తన వెంబడి పడడం సైరంధ్రి గమనించింది, అది ఒక మహావిపత్తు అని అనుకుంది. రక్షించేవారెవరు? భర్తలా సమయభంగభయబద్ధులు. ఎట్లా! అప్పటి ఆ అవస్థలో ఆమె

మీద కనుపించిన లక్షణాలు ఈ క్రింది పద్యంలో కవి చెప్పాడు. "వెరవక ననుజూచె వీడని యెద గలుపించిన నొండొండ చెమట వొడమ, అనుచిత కృత్యంబు లాచరించు విధాతృ బలికి నివ్వెరపాటు దోప, ఇచ్చట దిక్కులేరెవ్వరు నాకను భయమున మేన గంపంబుపుట్ట, జేయంగనేమి యుపాయంబు లేమి నాననమున వెల్లదనంబు గదుర, నున్న పాంచాలి గనుగొని ... వివేకహీనుడై ... మదన వికృతీయ కా... దలంచి..." ద్రౌపదికి కీచకుడి వర్తనముచూచి చెమట నివ్వెరపాటు, భయము, కంపము, వెల్లదనము కలిగాయి. ఆమె యిది ఆపద అనుకోవడంచేత కలిగిన వీ భావాలు. కానీ భరతాద్యాలంకారికులు చెప్పిన అష్టవిధ సాత్త్వికభావాల్లో ప్రధానమైనవీ, యివే రతి అనే స్థాయీభావాన్ని శృంగారంగా రసీభూతం చేసే విభావానుభావాదులందు కొన్నిటిని సాత్త్వికభావాలంటారు, ఇవి నాయికయొక్క వలపును తెలిపే శరీరజన్య బాహ్యలక్షణాలయిన రసకార్యములు. వీటికి కారణమైన భావాలు మనస్సులో అగోచరంగా ఉంటాయి, అందుచేత ప్రస్తుత సందర్భంలో ద్రౌపది మనస్సులో కళిన ఆపద అన్న భావం కీచకుడికి గోచరంకాదు. కానీ బాహ్యలక్షణాలైన స్తంభస్వేదకంపాదులు కనుపిస్తాయి ఇవి వలపు చిహ్నాలు కూడా కనుక, వాడు వలపే అని భ్రమించి వంచితుడవుతాడు. ఒకవైపు వాడ్ని ద్రౌపది ఏవగించుకుంటూ వాడి వలపును మహావిపత్తుగా భావిస్తూ ఉంటే, వాడేమో తనను వలచిందని భావించి నన్ను చూడు నా అందం చూడు అని ఎగబడతాడు. "మన్మధుడు సమయించిన మగువ నన్ను బడయవచ్చునె ఎన్ని

యుపాయములనైన" అంటాడు, సైరంధ్రితో సదర్పంగా! ఇది ఎంతచక్కటి హాస్య సన్నివేశం.

అయితే ఈ సన్నివేశంచేత కవి సాధించిందేమిటి? ద్రౌపదికి నాయకునిపై నెలకొన్న వలపు, అనురాగము, ఎంత గాఢమో ఎంత నిబద్ధమో ఈ వృత్తాంతం వాచ్యంగా చెప్పక చెపుతుంది. అంటే ఈ కావ్యమందలి శృంగారరసాన్ని వ్యంగ్యంగా చెప్పి, శృంగారాన్ని వాచ్యంచేస్తే సంభవించే మొరటుదనాన్ని కవి పరిహరించాడు. అంటే ఇది రసధ్వని.

ఈ కావ్యంలో నాయకుడు భీమసేనుడని కవి నిర్దేశించాడు అది ద్రౌపిది చెప్పిన ఈ క్రింది పద్యంలో ఉంది—"కొలువులోపల నిన్న కోపమ్మెత్తిన దలకక నిలిచిన ధైర్యమహిమ, నేడిందు జనుదెంచి నిర్వికారత బ్రజ కన్నులు గప్పిన గౌరవంబు,...సంస్తుతి యొనర్ప నా దలంచె నీ యుత్తమ నాయకత్వ మెరిగి నిను గొనియాడ నే నెంతదాన ..." (ఆ-2 ప 860). భీముడు భారతంలో ధీరోద్ధతుడుగా వర్ణింపబడి నప్పటికీ ఈ "ప్రబంధంలో ధీరోదాత్తుడుగా వర్ణింపబడి "ఉత్తమ నాయకత్వ" సిద్ధి చెందాడు కవి ఈ మార్పును ఉద్దేశ పూర్వకంగా నొక్కి వర్ణించాడు కారణం—ధ్వని కావ్యానికి ధీరోదాత్త నాయకుడే కావాలి. ధీరోద్ధతుడయితే అంతా వాచ్యంచేసి ధ్వనివిఘాతం కలిగిస్తాడు లాక్షణికంగా కూడా అందుచేతనే ధ్వనిభరితమైన ఉత్తమ కావ్యానికి ధీరోదాత్త నాయకుడ్నే నిర్దేశించారు. ఈ పద్యం చాలా చిత్రమయింది. ఇందులో కవి కథలోని కొన్ని

సంఘటనలు దృష్టాంతాలుగా చూపి అందుచేత నాయకుడు ధీరోదాత్తుడని నిరూపిస్తాడు. భీముడు ధీరోద్ధతుడుగా ప్రసిద్ధుడు కనుక అట్టివాడ్ని ఇక్కడ ధీరోదాత్తుడుగా చేసి నప్పుడు ఇట్టి నిరూపణ అవసరమయింది. మరి ఆ నిరూపణ ఎట్లాగంటే — కవి సీసపద్యంలో పేర్కొన్న అన్ని సందర్భాల్లోనూ ఉత్తమ నాయకత్వానికి ప్రధానలక్షణమైన మనోనిగ్రహ శక్తిని భీముడు ప్రదర్శిస్తాడు. కవి వాడిన పదాలు చూడండి, ''తలకక...ధైర్యమహిమ, నిర్వికారత... గౌరవంబు, ఉత్సాహంబు...'' యిత్యాదులచేత ఉత్తమ నాయకత్వం నిరూపితం అయింది. ఈ విషయం ధీర అయిన ద్రౌపదిచేత చెప్పించడం చమత్కార విశేషం-నాయికా మనః ప్రీతికి ప్రధానమైన కీచకవధ పంచపాండవులలో భీముడే నెరవేర్చాడు. భర్తృ కర్తవ్యమాత్రం అనుకోడానికి వీలు లేదు. అంత మాత్రమే అయితే మిగతా నలుగురు భర్తలూ ఊరుకోగా భీముడే ఈ పని చేయడం విశేష ప్రేమను సూచిస్తుంది. పైగా భర్తృకర్తవ్యమాత్రమైతే భార్య అడుగకయే ఆ పని చెయ్యాలి. కానీ ''కీచకు దురాచారంబు'' నెరిగినవాడయ్యును భీముడు ''అత్తెరం గిత్తెరవ తాన చెప్ప విందునని తలంచి'' ఏమీ ఎరుగనట్లు నటించి ద్రౌపదిచేత ఆమె కోరికను విన్నవింప జేసికొని ఆ తర్వాత వరమిస్తాడు. ఇదంతా నాయికనుంచి విశేష ప్రేమార్థియై నాయకుడు చేసిన ఉపాయము. తర్వాత కీచకవధానంతరం నాయకుడు పని ముగిసిన వెంటనే వూరక వెళ్ళిపోవచ్చును, కాని అట్లా వెళ్ళక ''అనలము గూఢయత్నమున అయ్యెడకుం గొనివచ్చి''

దాని వెలుగుతో దృశ్యాన్ని ద్రౌపదికి చూపించి "పూనిక నెరపితి సతి యవమానము పరితాపభరము మాన్పితి" అని "మదిబొంగె" అన్నాడు. ఇట్లాచేసి నాయికచేత ప్రశంసలందు కొని తృప్తుడై వెళ్ళాడు భీముడు. ఇదంతా నాయికా నాయకుల విశేషానురాగ ప్రసక్తిగాక మరేమవుతుంది. ఈ విశేషానురాగరూపమైన కావ్యగత శృంగార రసము ఏ విధంగా పోషింపబడింది, అని విచారిస్తే అదొక చిత్రమైన విషయం. శృంగారరసం గదా మరి. ఇక్కడ విభావానుభావ సాత్త్విక వ్యభిచారీ భావాలేవి అని అడగ వచ్చును విభావానుభావాలున్నాయేగాని సాత్విక వ్యభిచారీ భావాదులులేవు. అవన్నీ స్పష్టంగా ఉంటే రసం వాచ్యాం అవుతుంది రసముయొక్క ఉత్తమ స్వరూపం వ్యంగ్యంగానే ఉంటుందని రసజ్ఞులు నిరూపించారు తత్ప్రకారంగానే ఈ కావ్యంలో శృంగారరసం కీచకవధాది మద్వర్ణిత పూర్వా సన్నివేశాలచేత ధ్వన్యమానం అవుతుంది. రసధ్వని కవిచేత పరమ రమణీయంగా ఉదాత్తమార్గంలో సాధించబడింది అని తాత్పర్యం.

ఈ విధంగా మూడు ప్రధాన కావ్యాంగాలైన వస్తువు నేత రసము అనువాటిని వివరించాను. కావ్యంలో వస్తుధ్వని, అలంకారధ్వని. రసధ్వనులు స్థూలంగా ఎట్లా ప్రదర్శింపబడ్డాయో చూపించాను. ఇట్టి ధ్వని కావ్యనిర్మాణంలో కవి చూపించిన రచనా పద్ధతి ఏమిటి అని పరిశీలిస్తాను. అక్కడక్కడా కావ్యంలో ధ్వని చూపించడంవేరు, ధ్వనికావ్యమే వ్రాయడంవేరు. ఇది అందులో రెండవది కనుక శాస్త్రంలో చెప్పిన ధ్వని లక్షణాదు

లను జాగ్రత్తగా అన్వయించుకునే నేర్పు, రసజ్ఞత కావాలి. పాండిత్యం అయితే ఉండవచ్చును కానీ ఆ రెండవ లక్షణం ఉండడం దుర్లభం. సూత్రాలు మక్కికి మక్కీ అప్ప జెప్పడమే పాండిత్యం అని భ్రమపడే జీవులున్నారు. ఆ జీవులకు "ఆ మూలసౌధంపు దాపల మందార వందాతరామృత సరః ప్రాంతేందు కాంతోపలోత్పల పర్యంకం"లో ఎక్కడో గర్భ కుహరంలో వెలిగే ఆ రస బ్రహ్మను తిలకించి పులకించే భాగ్యం లేదు. ఏ లక్షణ గ్రంథాల్లోనూ ఒక పద్యాని అరపద్యం తీసు కుని లక్ష్య వివరణ చేశారేకానీ ఒక ప్రసిద్ధకావ్యం తీసుకోలేదు. అందుచేత ఒక ధ్వని కావ్య నిర్మాణంలో అవలంబించిన రచనా పద్ధతిలోని విశేషాలు పరిశీలించడంగానీ వాటిని చెపితే అవ గాహన చేసుకుని ఆనందించే రసజ్ఞతగానీ ఉండడం సామాన్యం కాదు, అపూర్వం కనుక.

ఒక ధ్వని కావ్యాన్ని వ్రాస్తూ వస్తువు చెప్పడంలోనూ రస ప్రతిపాదనలోనూ ధ్వనిని ప్రదర్శించేటప్పుడు, రచన కావ్యంలో సర్వత్రా తదభిముఖంగానే సాగాలి. విరాటపర్వ ప్రబంధంలో ఈ విషయం ప్రత్యక్షర సత్యం. ఒక్క కీచకుడు తప్ప తక్కిన తిక్కన పాత్రలన్నీ అతి సూక్ష్మ ప్రవర్తన కలిగి ఉంటాయి. వారి ప్రవర్తన ఎప్పుడూ నిగ్రహంతోనూ, ఏదీ వాచ్యం కాని రీతిగానూ, నర్మగర్భితంగానూ ఉంటుంది పాండవులు ద్రౌపది సుధేష్ణ అట్టి పాత్రలు. గొప్ప విశేషం ఏమిటంటే ధీరోద్ధతుడైన భీమసేనుడు, కథకు ఆధారభూతమైన సమయ భంగ భయంచేత నిగ్రహలక్షణం అలవరచుకొని ధీరోదాత్త నాయకుడుగా భాసిస్తాడు. భీముడు మల్లయుద్ధ సందర్భంలో "ధర్మ

తనయు గనుసన్న గైకొననను." తన తమ్ముడు సైరంధ్రిని వలచుట సుధేష్ణ కిష్టము గాక పోయినా అతడు వచ్చినప్పుడు, "ప్రియముచూడ్కి ముసుగువడ" వానిని సంభావిస్తుంది. వాడు సైరంధ్రినిగూర్చి వలపు ప్రసంగం తీసుకునిరాగా అది తన కయిష్టమయినప్పుడు, ఇది తప్పని ఛీకొట్ట గలిగికూడా అట్టి వాచ్యపద్ధతి వదిలి వాడి "మాటలు గీటునం బుచ్చి యొండు పలుకులు జరిపి"నది. ద్రౌపది కీచక వర్తనపై "కలుషించియు దుర్వారంబైన పరిభవ వికారంబు దోపకుండ తన్నుదాన యుప శమించికొని..." యిత్యాది

ఇట్లా పాత్రల ప్రవర్తన భావగర్భితంగా ధ్వన్యభిముఖంగా ఉంటుంది. ఇంతెందుకు తిక్కన పాత్రలు పుంభావధ్వనులే. కడుపులో ఎంతో ఉంటుంది: పైకి ఏమీ కనిపించదు. ఇట్టివారు లోకంలో ఉంటారు కానీ తక్కువమంది. వారినే ఉదాత్తులనీ గంభీరులనీ అంటాము. ధ్వని ఒక్క శబ్దార్థములలోనేకాదు ప్రవర్తనలో కూడా ఉండవచ్చును అట్లాగే సన్నివేశంలో కూడా ఉండవచ్చును. శబ్దార్థజనిత ధ్వనినిగూర్చే సాహిత్య శాస్త్రం చెపుతుంది. మిగతావి మనకు బుద్ధి ఉంటే అర్థ మయ్యేవి. వాటికి శాస్త్రాలేవీ సిద్ధంగాలేవు. పోతే సంభాషణ లన్నీ వ్యంగ్య వైభవోపేతంగా నడిపాడు. ఏదని చెప్పగలను ? అన్నీ ఉదాహరణలే. అతి ప్రౌఢమైనవి. అతి రమణీయమైనవి. కీచకునితోడి మొదటి సంభాషణలో ద్రౌపది చెప్పిన పద్యాల్లో "ఓయన్న" "ఆడుబుట్టువులతోడ నీవు పుట్టినాడవు" (ఆ. 2 ప. 49, 50) అని తన వైరుద్ధ్యాన్ని ధ్వనింపజేసింది. "మును చెడిన రావణాదుల వినియెఱుగవె యెన్నడును వివేకవిహీనా"

అని వాని చావు సూచించింది. ఇంకా సుధేష్ణచేత, 'వీని కెమ్మి యిం జావు నిజంబు మన్మథుని శాతశరంబులనైన నక్కటా," అని (ఆ 2 వ. 78) వాడి చావును రూఢం చేశాడు. కీచకుడి దుష్కార్యానికి కుపితుడైన భీముడ్ని ధర్మజుడు నివారిస్తూ "విశ్రాంతి గావింపగాగల యీ భూజము వంటకట్టెయలకై ఖండింపగా నేటికిన్'' అని చక్కటి ధ్వనివాక్యం చెప్పాడు (ఆ. 2 ప. 136) విరాట సభలో పతులను విమర్శిస్తూ ఉన్న ద్రౌపదిని ధర్మతనయుడు "నాట్యంబు చూపుచాడ్పున" సభలలో కులసతులిట్లా ప్రవర్తించవచ్చా అని ఆక్షేపించగా ద్రౌపది (ఆ. 2 ప. 152) "నాదు వల్లభుండు నటుడింత నిక్కంబు పెద్దవారియట్ల పిన్నవారు," అనీ "నాకు నాట్యంబును పరిచితంబ మత్పతి శైలూషుండకాదు కితవుండును" అని పలికిన పలుకులు ధ్వనివిశిష్టములు.

ద్రౌపది భీముని పంపున కీచకుడితో వలపు అభినయించిన చోట (ఆ. 2 ప. 202) ''అడరు నీదుకోర్కి కనురూపమెట్టిది యట్టి భోగభంగి ననుభవింపు'', అని కీచకుడితో అంటుంది. వారి సంభాషణలు ముగిసి సంకేతస్థలంలో కలుసుకుందామని వెళ్ళిపోతూ సైరంధ్రి కీచకుడితో "ఈవును బో మ్మేమనును నాదగు పని సేసెద", అంటూ వెళ్ళుతుంది. నర్తనశాలాంధకారంలో భీముడు సైరంధ్రిగా నటించేటప్పుడు, కీచకుడు మోహావేశంతో "నాదు రూపంబు మనంబున జిక్కిన తరుణి తక్కొరుసేల సరకుసేయు" ఇత్యాది ఆత్మస్తుతి చేసినప్పుడు కపట సైరంధ్రి (భీముడు) ఇట్లా అంటుంది. "ఇట్టివాడవు గావున నీవు నిన్ను బొగడికొనదగు, నకట, నాపోల్కి యాడు

దాని వెదకియు నెయ్యెడనైన నీకు బడయవచ్చునే యెఱుగక పలికి తిట్లు"—"నా యొడలు సేర్చినప్పుడ నీ యొడ లెట్లగునో దాని వెఱిచెదు, కన్నె యబలల తోడిదిగా జేయదలంచితివి ఏమి సేసితి నంటే"—"నను ముట్టిచెప్పు వెండియు వనితల సంగతికి బోవువాడవె, దైవసం పను వేబడసిన ఫలమే కనియెద విరె చిత్ర ఫలదికాకపుతెల్లన్" (ఆ. 2 ప. 337, 338, 339) వచ్చిన కీచకుడ్ని చూస్తూ ద్రౌపది "దీనికై కీచక యింక నీ కీతి సుఖిత్వము బొందుదుగాక యింక, యుల్లేచిన నిట్టుగా కుడుగునే", అంటుంది. ఇవన్నీ వ్యంగ్య శోభ వెలాచ్చు భాషలే, ఇవి మచ్చుతునకలు మాత్రమే.

ధ్వని కావ్య నిర్మాణానికి వస్తువు, రసము, నేత, సన్నివేశము, ప్రవర్తన, సంభాషణలు — అన్నీ సున్నితంగా గర్భితంగా ఉంటాయని చెప్పాను ఇట్టి నిర్మాణంలో రచనావైఖరి తప్పక విశిష్టంగా ఉంటుంది. అదేమిటంటే— శబ్ద, అర్థ అలంకార బహుళ ప్రయోగం ఉండదు. అథవా క్వాచిత్కంగా వాడినా కోమలమైన ఉపమాలంకారాన్ని సూక్ష్మంగా వాడుతాడు. ఒక శృంగార సముద్రాన్ని ఒక చిన్న కందపద్యంలో యిమిడ్చిన తిక్కన సోమయాజి, సముద్రాన్ని పుడిసిటబట్టిన అగస్త్యుడివంటివాడు. ఆ పద్యం యిది —కీచకుడు సైరంధ్రి సౌందర్యాన్ని చూచి, "ఈ నెలతగన్న మన్మథుడైన జిగురు గొడుగు బువ్వుటమ్ముల పొదులున్ లోనుగ సెజ్జలు సేయం దా నియమింపడె విరహతాపము పేర్మిన్.—అసలు కవి భావనే కుశాగ్ర సంకాశంగా ఉంటుంది. కీచకుడు సైరంధ్రితో బెలుకు పాటుగదురుగా చెప్పినమాటలు, "మది నిగిర్చిన మాట

మగువ నీ పెంపున గదిసి నా నాటక తుదికి రాదు." సైరంధ్రి ఉన్నత, కీచకుడు అధముడు, అది వాడి మనస్సులోని భావం. అట్టి సైరంధ్రి పెంపుచేత కీడు ఆమెను సాధింపు మార్గానకు తాపపడుతున్నాడు. మదిలోమాట మదిలోనే మునిగిపోతూ ఉంది. ఇక్కడ "మది నిలిచినమాట" అనడంలో నిల్చిన అనడం, మాట అని ఏకవచన ప్రయోగం చేయడంలో ఎంత సొగసు ఉంది! బహు సూక్ష్మ భావన ఇది—సుధేష్ణ కీచకుడి మనస్సును సైరంధ్రినుంచి మరలింప ప్రయత్నించుచు, ఎందరో చక్కని స్త్రీలు నీకు ఉండగా యిదెందుకురా అని చెప్పిన పద్యం—"లలితంబులగు మట్టియల చప్పు డింపార నంచ కై వడి నడ గల్లవచ్చి, యెడమేని నెత్తావి సుడియంగ బయ్యెద సగముదూలించి పై మగుడ దిగిచి...తెలికన్ను గవకు నెచ్చెలి యైన లేత నవ్వొలయంగ సరసంపు పలుకు పలికి, మెరయు చెయ్యులరాగంబు మెయికొనంగ", నిన్ను కొలుచు నెలతలుండగా ఈ నీరసాకార ఎందుకు గా అంటుంది ఎంత సున్నితంగా నెలతల సొగసు వర్ణించాడు! అక్కడ సరసంపు పలుకు పలికి అనడంలో సూక్ష్మ ప్రవర్తనా శీలినిగా చెప్పడం, పలుకు అని ఏకవచనం చెప్పడంచేత కవి ఎంత మధురిమ ఒలకబోశాడు! పలుకు ఒక్కటిచాలు సరసంగా ఉంటే. ఏమి పద్యం! చిగురాకులవంటి పదాలు దర్భకోసలవంటి భావన. పండు వెన్నెలవంటి రాగరసము—ఇన్ని నిండారిన కమ్మని పద్యం.

ఇట్లాంటి భావనకు జోడైన అలతి పలుకులు పూలదండలు గ్రుచ్చినట్లు నుడిపోహణ చేస్తాడు కవి. ఇది ఆ మహానుభావుడి రచనా విశేషం. తిక్కనకు శబ్దాలమీద అనంతమైన అధికారం

ఉన్నప్పటికీ వాటి మీద ఆధారపడడు. "సేనా పరిచ్ఛద స్తస్య ద్వయమేవార్థ సాధనం" అని కాళిదాసు, దిలీప మహారాజు సైన్యంమీద ఆధారపడక పోవడాన్ని గురించి చెప్పినట్లు తిక్కన తన శబ్ద సైన్యంమీద ఆధారపడడు. శబ్ద ప్రపంచంలో పట్టాభి క్తుడై కూర్చుని, అవి చుట్టూ కొలుస్తూ ఉన్నా ఆయన మాత్రం ఏమీ అంటని రాజయోగివలె నిర్లిప్తుడుగా ఉంటాడు. కాని యితర కవులు తమకు లభించిన శబ్దాధికారాన్ని వినియోగించి, శబ్దాలచేత ఎప్పుడూ ఊడిగం చేయించుకుంటూ తమ అధికార బల ప్రదర్శన చూచి మురిసిపోతుంటారు, అదే సర్వస్వ మనుకుని. రాజుల్లో వలెనే కవిరాజుల్లో కూడా యోగులు భోగులూ ఉన్నారు.

ఇంకా ఎన్నో చమత్కారాలు చూపించాడు. అవి ధ్వని ప్రకరణానికి ప్రస్తుతం కాకపోయినా ఒకటి రెండు చెపుతాను. సైరంధ్రి తాను హీనవంశాభిజాతనని బొంకి, కీచకుడి బారినుంచి తప్పించుకో జూడగా వాడు అంటాడు.: "నీవు దుర్జాతిగామికి నీవ సాక్షి, పరసతీ సంగమమున వచ్చు పాపము నకు నోరుతునుగాని, సైరింపనోప బచ్చువిలుతు తూపుల తాకున కలరుబోడి" —పాపమైనా విపత్కరమైన సైరంధ్రికావాలనిపట్టుపట్టిన తమ్ముణ్ణి ఉద్దేశించి సుధేష్ణ, "బ్రదుకు చవియెంతయైన నపథ్యములకు వేడ్క సేయుదురయ్య వివేకులు ? అంటుంది. బ్రదుకు చవిఅన్నది ఎంత అనల్పార్థాన్ని చెపుతుంది ఇక్కడ బ్రతుకు మీది చవి అనడంకంటె బ్రదుకు యొక్క అని షష్ఠీ తత్పురుషం చెప్పుకుంటే చాలా సొంపు ఉంది—మరొకటి కీచకుడు సుధేష్ణతో సైరంధ్రి సౌందర్యాన్ని వర్ణిస్తూ చెప్పిన ఈ క్రింది సీసపద్యానికి జోడైన పద్యం నాకు తెలిసిన

మేరకు యావదాంధ్ర సాహిత్యంలోనూ ఎక్కడాలేదు! "గండు పిలక బట్టి కాముబాణముతో కలిసియాడెడునట్టి కన్ను గవయు...చిగురులతో సంధిచేసి యంబుజములపై నెత్తి చనునట్టి పదతలములు" యిత్యాది రెండేసి ఉపమానాలు కలిపి చేసిన పట్టుదారాల అల్లిక లాగుంది పద్యం. అందులోనూ చిగురులతో సంధిచేయడం, పద్మాల మీదికి దండెత్తడానికని చెప్పడం ఎంతో మనోహరంగా ఉంది. "పైగా అంబుజములపై నెత్తి చనునట్టి పదతలములు" అనడంలో ఎత్తి చనుట దండెత్తుటకేగాక పదతలములెత్తి చనుట అనుటలో కాలెత్తి తన్న బోవడమూ, కయ్యానికి కాలుదువ్వడమూ ఇన్ని ధ్వనిస్తున్నాయి.

ఈ విధంగా మహానుభావుడైన తిక్కన సోమయాజి కావ్యాన్ని ధ్వనిలో ముంచి ఎత్తాడు తిక్కన ఉద్దేశపూర్వకంగా ఈ ధ్వని కావ్యనిర్మాణం చేశాడేగానీ ఏదో సహజ ప్రతిభా ధోరణిలో ఒక కావ్యం వ్రాస్తే అందులో యాదృచ్ఛికంగా ధ్వని పడింది అనడానికి వీలులేదు. దీనికి బోలెడు నిదర్శనాలున్నాయి అనేక స్థలాల్లో పాంచాలి సాభిప్రాయంబుగా నతని కిట్లనియె" అని "ఉచిత నిగూఢ భంగులగు భాషణముల్" అని "అనిలనందనుండు నిగూఢవచనచాతుర్యధుర్యుండై యిట్లనియె" అని, "పాంచాలి అంతస్స్మిత కమనీయ కపోలయగుచు" అనీ వాడాడు—గంభీరులు దురవగాహులు దుర్జ్ఞేయులు అయిన పాండవులను వారి సతిని అత్యుచ్చస్థాయిలో ప్రతిష్ఠించి సత్త్వహీనుడు దుర్విదగ్ధుడు అయిన కీచకుడ్ని చులకనగా చూచి హేళన చేస్తాడు. పాండవులను దుర్నిరీక్ష్య తేజస్సంపన్నులుగా చిత్రిస్తాడు.

కవి తద్ద్వారా ధీరోదాత్త ప్రకృతిని గౌరవించి ఉద్ధతప్రవృత్తిని ఈసడించాడు. అంటే ధ్వనిని గౌరవించి వాచ్యాన్ని నిరసించాడు అన్నమాట. ధ్వనిమార్గం ఉత్తమంగా భావించినట్లు రీత్యలంకారాది తదన్యమార్గములు హేయములని భావించినట్లు కవి సూచించాడు. కీచకుడ్ని "రూపాభిమానియు నానాభరణధరణ శీలుండును దుర్విదగ్ధుండును బలిగర్వితుండును", అన్నప్పుడు తిక్కన సోమయాజి రీతి అలంకారాలు యిత్యాది ధ్వన్యన్యములను కావ్యాత్మగా భావించి రచనలుచేసి అట్టి క్షుద్రకృతులచేత దుర్విదగ్ధులు బలగర్వితులు అయిన సామాన్య కవులను విమర్శించినట్లు ధ్వనిస్తూ ఉంది. అప్పటికే రీత్యాది మతాలు సమసిపోయి ధ్వనిసిద్ధాంతం రాజ్యం చేస్తూవుంది. ఆనందవర్ధనాచార్యులవారు తిక్కనకు పూర్వం సుమారు నాలుగువందల ఏండ్ల క్రింద తన ధ్వని సిద్ధాంతం ప్రతిపాదించాడు. లోకమంతా దాన్నే శిరసావహించింది. దాన్ని అభినవగుప్తపాదులు ఆకాశమార్గాని కెత్తాడు. ఆచార్యులవారి ధ్వన్యాలోకానికి లోచనం వ్రాశాడు రసస్వరూప నిరూపణకు అద్వైత సిద్ధాంత పద్ధతి అవలంబించాడు. ఇది తిక్కనాదుల కెంతో హృద్యమైన పద్ధతో చెప్పనక్కరలేదు. తర్వాత కతిపయ సంవత్సరాలకే విశ్వనాద కవిరాజుయొక్క సాహిత్యదర్పణం వచ్చింది. ఇట్లాంటి యుగంలో పుట్టిన తిక్కన ధ్వని మార్గగామియై కావ్యరచన చేశాడుగానీ, ఆయన కావ్యంలో అప్రతర్కిత రీతిగాను యాదృచ్ఛికంగానూ ధ్వనిరాలేదు.

ఇట్టి ధ్వని కావ్యాన్ని నాటకంగా సమన్వయించి చెప్పడం ఆధునిక పండితుల్లో ఒక "ఫ్యాషన్" అయింది. పంచ

సంధులను అందులో సమన్వయం చేసి, పద్యాల్లో వ్రాసిన నాటకం అని ఒక క్రొత్తవింతగా చెప్పుకుంటున్నారు. కానీ అది తిక్కన హృదయంకాదు తిక్కన సంభాషణాధోరణి, వ్యావహారిక సహజ వచోరచనా చాతురి ఇత్యాది లక్షణాలు బాహ్యంగా కనిపిస్తూ ఉన్నందుచేత నాటకం అని భ్రమపడి ఈ పాట్లు పడుతున్నారేగాని అసలు ఇది కావ్యంగానే ఉద్దేశించి వ్రాయబడింది. నాటకానికీ కావ్యానికీ సంధుల వ్యవహారం మినహాయిస్తే వస్తునాయకరసాదులైన ఇతర లక్షణాలన్నీ సమానమే. అందుచేత భ్రాంతికి ఎక్కువ అవకాశం ఉంది. కానీ ఆలంకారికులు ధ్వనిని, కావ్యానికి, నికషోపలంగా చెప్పారు గానీ, నాటకానికిగాదు. కనుక "ప్రబంధమండలి అవడంచేత ధ్వని భూయిష్ఠంచేయడంచేత కవి దీన్ని కావ్యంగానే ఉద్దేశించాడనాలి. ఒక అపూర్వమయిన ధ్వనికావ్యం నిర్మాణంచేస్తే దాన్ని ఆస్వాదించక, అందులో పంచసంధులున్నాయా లేవా, నాటకమా కాదా అని విచారించడం "సిపీ మోక్షణ వేళాయాం వస్త్రమూల్య విచారణం" అన్నట్లున్నది. ఇంతచేసి కూడా కవి ఏమీ చేయనివాడువలె కనిపిస్తాడు. కంకభట్టు ఒక సముజ్జ్వలాకృతిని రక్షితంగా దాచుకున్నవాడు. కానీ విరటుడు ఎవరు నీవు అని ఇత్యాది ప్రశ్నలడిగితే ఇట్లా అంటాడు. "ఉన్నరూపు పలుకు నన్నరు లెక్కడగలరు, తోచినట్లు పలుకు పలుక, నైన చంద మయ్యె నంతియకా, కంతపట్టి చూడగలరె యెట్టివారు"— కంకభట్టు తిక్కన.

రెండవ కవిత్రయము: పూర్వకవుల పరస్పర సంబంధములు

గడచిన వెయ్యేండ్ల ఆంధ్రసాహిత్య చరిత్రను సమీక్షించి నచో కవిత్రయము ఒక్కటేగాక రెండు మూడు అట్టి కవిత్రయము లున్నట్లు కనుపించును. మొదటి కవిత్రయము అందరెరిగినదే. రెండవ కవిత్రయము జక్కన, శ్రీనాథుడు, పిల్లలమఱ్ఱి పినవీరభద్రుడు, మూడవ కవిత్రయము అల్లసాని పెద్దన, తెనాలి రామకృష్ణుడు, రామరాజభూషణుడు. మొదటి కవిత్రయము వారి మధ్య ఉన్న పరస్పర సంబంధమెట్టిదో తదనంతర కవుల మీద వారి ప్రభావమెట్టిదో రెండవ కవిత్రయము వారిది కూడ అట్టిదే. మూడవ కవిత్రయము వారి పరిస్థితి మాత్రమే భిన్నము.

నన్నయ భట్టారకుని రచనలో కావ్యలక్షణము తక్కువ. ధారాశుద్ధి మనోహరమైన శబ్దసంయోజన, నిరర్గళ పద్యరచనా ధోరణి ఆయన ప్రధాన లక్షణములు. కాని, తిక్కన సోమయాజిలో ధారాశుద్ధి ప్రధాన లక్షణముకాదు. భావపు సొంపుకై ప్రయత్నము, దానికికావలసిన తెలుగు నుడికార మెన్నుకొనుట, పాత్రలతో, సన్నివేశములతో, చతురముగా కథను నిర్వహించుట, -ఇది సోమయాజి విశిష్టత. ఎఱ్ఱన కడకు వచ్చుసరికి కాలము గడిచినది; తెలుగున కావ్యస్పృహ ముదిరినది. ఈ లక్షణమే ఎఱ్ఱన యందు ప్రతిబింబించినది. నన్నయభట్టారకుని నిరర్గళ రచనాధోరణి, 'తిక్కన సోమయాజి కోమలభావన, తెలుగు

నుడి సొంపు, కథాకథన చాతురి, ఎఱ్ఱన నాటికి ముదిరిన కావ్యస్పృహకు రూప కల్పన చేయుటకు జాలిన సాహిత్య వస్తువు లాయెను. వాని నన్నిటినీ వాడుకొని ఎఱ్ఱన ఒక అడుగు ముందుకు వేసెను. ఫలితముగా నన్నయ, తిక్కనలలో లేని పుర వర్ణనలు, ఋతువర్ణనలు, నాయికా నాయకుల శృంగార సన్నివేశములు మొదలైన కావ్య లక్షణములు ఎఱ్ఱనయొక్క హరివంశ, నృసింహపురాణాది గ్రంథములందు విరివిగా వెలయింపబడినవి. ఒకవైపున తెలుగునాట ప్రసిద్ధ సంప్రదాయముగా నెలకొన్న ఇతిహాస, పురాణానువాద ప్రక్రియయును, మరొకవైపున తలయెత్తు చున్న కావ్య దృష్టియును, పరస్పర విరుద్ధ పద్ధతులగుటచేత తెలుగున ఆలంకారిక ప్రమాణ విధేయమైన సమగ్రకావ్యము అవతరించుటకు కొన్ని శతాబ్దములు పట్టెను. తెలుగున శాస్త్రబద్ధమైన కావ్యము కలదా అనియును ఒక్కొక్కప్పుడు సంశయము కలుగును. ఎఱ్ఱనలో కూడ, కొన్ని కావ్య లక్షణములు లున్నవే కాని, సమగ్రకావ్య మొక్కటి కూడ ఆయన చేతినుండి రాలేదు. నాయిక, నాయకుడు, ఒక వస్తువు, విభావానుభావాది వ్యవహారముచేత అందుండి రసము ఒకటి ఉద్భవించుట, అది తత్కావ్యమున కాత్మభూతమగుట అనునట్టి లక్షణము ఎఱ్ఱన గ్రంథములందు సైతమునులేదు. కాని తిక్కన నాటికే తెలుగున కావ్యస్పృహ కలదని ఆయన భారతావతారికలు సూచించును.

రెండవ కవిత్రయము వారి కాలమునకు కావ్యస్పృహ తెలుగునముదురుటయేకాక కావ్యావతారమునకు కాల మాసన్న

మైనది. సాహిత్యమున ఒక శకముపోయి, మరొక శకము ఉదయించు సంధికాలముగా అది తోచును. ఈ నూతన కవిత్రయము వారు భాషయందు, భావమునందు, లక్ష్యమునందు అప్పుడే రూపొందుచున్న ఒక నూతన జగత్తునకు చెందినవారు. ఈ ముగ్గురుకవులు జీవించిన నాటి తెలుగు దేశములో వ్యవహారము నందున్న తెలుగు తిక్కనాదుల నాటి తెలుగు కాదు. ఇది ఒక విలక్షణమైన నవీనమైన కమ్మదనమును సంతరించుకున్న భాష. తిక్కననాటికి కొలదిమంది ప్రతిభావంతులైన కవుల మేధస్సన్నికర్ష మాత్రమే పొందిన తెలుగుభాష రెండవ కవిత్రయము వారి కాలమునకు అట్టి సన్నికర్షను అతి ప్రచురముగా పొంది మిక్కిలి మెరుగుదనము గుస్తరించుకొని, ఒక నూతనాకృతి పొందినది. "నడవడియను మున్నీటం గడవం బెట్టంగ నోడ కరణిం దగి తా నొడగూడు ననిన సత్యము గడచిన గుణమింక నుండగలదే యరయన్" అను తిక్కన నాటి భాషనుంచి" గొజ్జంగి పూనీరు కులికి మేదించిన కమ్మ కస్తురి మేన కలయ నలది—పెన్నుబ్రేలి కొనగోట బిసరుహాసను మోము కెందమ్మి విరివోలె గిల్లినాడు— కబరికా భారమ్ము కై పెక్కువిరులతో నవటు భాగంబుపై నత్తమిల్ల, నలతి లేజెమటచే నసలుకొన్న లలాట కుంకుమంబున జిన్ని కురులుమునుగ. బసిడి కుండలబోలు పాలిండ్ల భరమున సన్నపు గౌ దీగె జలదరింప" అను బాషవరకు ఎంతమార్పు సంభవించినదో కుశాగ్రబుద్ధికి తెలియకపోదు కనుక భాషచేత మొదటి కవిత్రయము వారికంటె రెండవ కవిత్రయము వారే పెద్దనాది ప్రబంధ కవులకు సన్నిహితులు మరొకటి—

తిక్కనాదుల లక్ష్యము పారమార్థికము. శ్రీనాథాదుల లక్ష్యము పారమార్థికము మాత్రమే కాక, రసికజన మనో రంజనము కూడ. కనుకనే ప్రబంధ కవుల మీద మొదటి కవిత్రయము వారి ప్రభావము లేదు. రెండవ కవిత్రయము వారి ప్రభావమున్నది.

మొదటి కవిత్రయము వారినుండి రెండవ కవిత్రయము వారు రచనాశిల్ప రహస్యములు గ్రహించిరి. ప్రబంధ కవులు రెండవ కవిత్రయము వారినుండియే గ్రహించిరి. నన్నయభట్టు "రాజకులైక భూషణుడు రాజమనోహరు డన్యరాజ తేజోజయ శాలి శౌర్యుడు విశుద్ధ యశశ్శరదిందు చంద్రికారాజిత సర్వలోకు డపరాజిత భూరి భుజా కృపాణధారా జలశాంత శాత్రవ పరాగుడు రాజమహేంద్రుడు డున్నతిన్" అనగా శ్రీనాథుడు "రాజశశాంక శేఖరుడు రాజకిరీట వతంస మష్టదిగ్రాజ మనోభయంకరుడు రాజుల దేవర రాజరాజు శ్రీ రాజ మహేంద్ర భూభువన రాజ్య రమారమణీ మనోహరుం డాజిగిరీటి కీర్తినిధి అల్లయవీరనరేంద్రు డున్నతిన్" అనెను. దానినే కొంత మార్చి పిన వీరభద్రుడు "[illegible] దారి [illegible] మార్గ [illegible] ముక్తా [illegible]" ఇత్యాది చెప్పెను. ఈ విధముగా నన్నయతో శ్రీనాథాది త్రయమున కెంతో సంబంధము కలదు. నన్నయ శ్రీనాథుల శిల్పమే రెండు శబ్దములను ఒకచోట చేర్చుటచేత వచ్చినది. ఇది రీతి. దీనిని సందర్భానుకూలముగా నిర్వహించునప్పుడు వారి లక్ష్యము ఇది రసానుకూలమైన రచన అనుటకు వీలులేదు. నన్నయాదు

లలో రసావతారమునకు వలసినంత విభావానుభావాది వ్యవహారము సంభవింపదు. ఆ సందర్భములందు రస స్పర్శ మాత్రము ఉండును. పద్య శిల్పములో ఇది తొలిమెట్టు.

నన్నయనుండి తిక్కనకడకు పోవుసరికి రసస్పృహ, లేక కావ్యస్పృహ అధికమైనది. ఎర్రనకడకు పోవుసరికి అది అధికతరముగా గోచరించును. కనుక వీరిలో పద్యశిల్పము కూడా క్రమముగా మారుమండుట గోచరించును. ఒకచోట ఓజోగుణ ప్రధానముగాను, మరొకచోట ప్రసాదమాధురీ భరితముగాను, ఇట్లు పలుచోట్ల పలు విధములైన విలాసములు గుప్తరించుకొని ముచ్చట గొల్పుచు కేవలము రీతి మాత్రముగ ఉన్న ప్రాథమిక పద్య శిల్పము రసస్పృహ పురోగమించుకొలది మారుట కారంభించినది. తిక్కనలో నన్నయవలె ప్రసన్న కథ అనబడిన సాధారణ కథనముగాక కథా కథనచాతురి విశిష్ట లక్షణముగా ఉండుటచేత ఆయనలో సన్నివేశములు, భావములు, ప్రధానములైనవి. పద్యరచన వీని కనుకూలముగా మారవలసి వచ్చెను. ఈ అవసరముచేత కౌరవసేనగాదు, వరమున బుట్టితిన్, ఇత్యాది నూతన పద్యరచనా రీతులు ఆంధ్రసాహిత్యరంగమున తలయెత్తినవి. తర్వాత తిక్కనలో ఆరంభించిన సన్నివేశములు, భావములు, తర్వాతకాలములో ఎర్రనలో రసాభిముఖముగా నడిపింపబడుటచేత పద్యములు మరొక అడుగు ముందుకుపోయినవి .ఉదాహరణము: "పండినయాకు డుల్లినవపల్లవముల్ తిలకింప బూవొదల్ నిండగ బర్వె తేగొనలు నిద్దములై నిగుడంగ మ్రాకు లొండొండ దలిర్చె నామని సముజ్జ్వల యోగ రసాదన క్రియన్ గొండిక పాయముల్ మగుడగోరి భజించిన సిద్ధులో

యనన్"— "ఎందును బుష్ప సౌరభము ఎందును మంద మదాళి ఝుంకృతుల్ ఎందును సాంద్రపల్లవము లెందును కోకిల కంఠ కూజితం బెందును విస్ఫురత్ఫలము లెందును కోమల కీర భాషితం బందములయ్యె మంద మరుదంచిత చారు వనాంతరంబులన్"— "వలివిరవాది క్రొవ్విరుల వాతుల మూతులు వెట్టి తేనియల్ కొలదికి మీర గ్రోలికొని కొవ్వున జివ్వల సీన నొక్కమైదలముగ దీటు గట్టుకొని దాఁటెడు తేటుల చైదమెల్లెడన్ గలయగ వృతువాటికల గ్రమ్మె నకాలతమోనికాయముల్" (నృసింహ. పు.— -2-61, 62, 68) ఎండ కన్నెన్నడు నెరుగని క్రొమ్మావి నీడల దనుపారు నెలవులందు, కలిగొట్టు పువ్వులందలి తేనియలవాన దడిసిన పొదరిండ్ల యెడనులందు. విరియనూకించు క్రొవ్విరపు మల్లియ మొగ్గ లెలదావి జొక్కించు నిక్కలందు రాయంచ యెరకల రాయిడి దుప్పర సల్లెడు కొలకుల చలువలందు—(3-75)

పద్యము కావ్యపు మూసలోనికిఒదుగుటయే పద్యశిల్పము కాజొచ్చినది. కొండలమీద విహరించుచున్న గంగ పంటకాలువల లోనికి ఒదిగి, ప్రవేశించుట వంటిది ఇది. తాత్పర్యమేమనగా తెలుగు సాహిత్యమున కావ్యరచనావశ్యకము ఏర్పడుసరికి తదనుగుణముగా పద్యము పరిణామము చెంది పరిణతస్థాయి పొందిననాటికి పద్యశిల్పమును పరిణతస్థాయి చేరినది. అనగా తొలుత ఒక నిర్దుష్ట స్వరూపము లేక కొండల మీద నుంచి కల ధ్వనులుచేయుచు పరుగులిడు సెలయేరువలెనున్న తెలుగు పద్యము, క్రమముగా నేలకు దిగి నదియై విస్తరించుకొని, సౌందర్య రహస్యవేత్తలు, కుశాగ్రబుద్ధులు అయిన శిల్పకారుల

చేత నిర్దిష్ట ప్రయోజనాభిముఖముగా నడిపించుటకు తీయబడిన పండ కాలువల వెంట సంచరించి, కావ్యక్షేత్రమున బంగారు పండించినది. కనుక తెలుగున కావ్యావతారము పద్యశిల్పావతారము రెండును అన్యోన్య సంబంధము కల్గి అభివృద్ధి చెందినవి. కనుక పద్యము రసానుకూలమూర్తి ధరించినప్పుడు అది సమగ్ర శిల్ప లక్షణముతో ఒప్పుచున్నది.

ఈ పరిణామము మొదటి కవిత్రయము వారికంటె రెండవ వారిలో మరింత స్పష్టము. శ్రీనాథుడు నన్నయ వంటి వాడు జక్కన తిక్కనవంటివాడు ఇక పినవీరన ఎఱ్ఱనవంటి వాడు. తొలికవిత్రయము పరిణతి చెందిన రూపే రెండవ కవిత్రయము. జక్కనలో కౌరవసేనగాదు, వరమున బుట్టితిన్ అన్న ధోరణి ముదిరినది. ఈ రీతి పద్యములు జక్కనలోపుంఖానుపుంఖములుగా వెదజల్లబడియున్నవి. తరువాత వచ్చిన ప్రబంధకవులలో కనుపించుఈ రీతుల కన్నిటికి ప్రధానముగా జక్కన మూలకందము. ఎఱ్ఱనలోని నండినయాకుడుల్లి, వలివిరవాది క్రొవ్విరుల, ఎండ కన్నెన్నడు ఎరుగని క్రొమ్మావి మొదలైన రీతులు పినవీరనలో ముదిరి, సంపెంగల్విరువంది క్రొవ్విరులచే శంపాలతా లక్ష్మి నొందింప బాదపముల్ ఘనంబులయి, పూదేనెల్ దువాళించివర్షింపన్ వల్విరి జల్లిపాంథజనరాజిన్ గమ్మగాడ్పుల్ చలింపింపన్ మాధవు డంబుదాగతి విడంబించెన్ విజృంభించుచున్" "తెమ్మెరతాపగా నలరు తేనియలాని మదించి ఇంపునం దుమ్మెదలేమ లాగతులలో మధుర స్ఫుట కోకిలా నినాదపుఝుమ్మన పాడుచుండెను లతానవడోలల నూగి యాడుచున్ గమ్మని వింటిజోదు జయగాథలు పుష్పిత భూజవీథులన్" మొదలైన

విశేషముగా పరిణామించినది తరువాతివారి ఈ రీతి పద్య రచనకు పినవీరన జన్మస్థానమనుకొనవలెను. ఒక్క శ్రీనాథుని తప్ప జక్కన, పినవీరనలను ఆధునికులు సమగ్రముగా గుర్తించలేదు. కనుక వారి కివ్వవలసిన స్థానమివ్వక అప్రధానులైన కవులుగా పరిగణింపబడినారు కాని, ప్రబంధ కవులను చూచినచో, కావ్యము జక్కన పినవీరనల స్థానము ఇవ్వవలె కాదని విశదమగును. నేడు మనమందు ఉన్నవన్ని మహాకావ్యములు పూర్వము ప్రబంధకవుల కాలమున లేవు. వారి మహాకవులనని లెక్క వేసినచో నన్నయాది కవిత్రయము, శ్రీనాథాది కవిత్రయము' మరి ఒకరిద్దరు, మాత్రమే ఉందురు. ఆ దృష్టితో జక్కన, పినవీరనల విలువను మనము నిర్ణయించవలెను.

విశిష్టులైనవారికే కీర్తి దక్కుచుండును. అన్యులు ఎంత కవితా సంపన్నులైనను, పండితులైనను అడుగున బడిపోవుచుండుట సహజము. హరిశ్చంద్రోపాఖ్యానను చెప్పిన కవి అందమైన కవిత చెప్పుటలో తక్కువవాడు కాడు. కానీ నేడు వానిని తలచుకొనువారు లేరు. స్వప్రయోజనార్థ మెవడో వానిని కాలపు సమాధినుంచి త్రవ్వితీసి నిలబెట్ట జూచెను కాని, పాపమది వృథా కృషి యాయెను అట్టివే రంగనాథ రామాయణము, రామాభ్యుదయము ఇత్యాదులు. సూరన కళాపూర్ణోదయములో ఎట్టి కవితయు లేదు. కానీ అది నిలిచినది. కారణము అందులో ఒక విశిష్ట ప్రక్రియ గలదు, అది కథాకల్పన. కాదంబరి వంటిది కూడా కాదు అనగా అది చెఱకు కాదు. కాని దానిని నమలి ఆస్వాదించువారును కలరు. అది తెలుగు కావ్యములందు శాశ్వతముగా నిలిచినది.

భట్టుమూర్తి, "సోముడు భాస్కరుండు వెలయింపన్" అనెను. కానిభట్టుమూర్తినాటికి సోమన భాస్కరులకొక విశిష్ట స్థానముండి కాదు. "మహి మున్ వాగనుశాసనుండు" అను పద్యమందలి రూపకము సమగ్రముగ నిర్వహించు ఉత్సాహముచేత సోమన భాస్కరులు వచ్చిరిగాని లేనిచో తెలుగున(కొరవి గోపరాజుదప్ప) మరెవ్వరిచేతను పేర్కొనబడని వారు భట్టుమూర్తి కవి స్తుతిలోనే కనబడుటెట్లు సంభవించినది? భాస్కరునిలో ప్రధానముగా తిక్కనకవితకుచెందిన, ఆయన అనుయాయి లనిపించు కొన్న కేతన మారనాదుల తెలుగు నుడికారము, శైలి కలదు. విశేషము లేదు. అక్కడక్కడ శబ్దాలంకారములు కలవు. ఇంతే. కనుక ఆయన రామాయణము భారత భాగవతములంత ప్రశస్తి పొందలేదు దాని నరుదుగా చదువుదురు. కవిత్రయమువారు, పోతనలకంటె విశిష్టు లెవ్వరును దానిని చేపట్టకపోవుటచే తెలుగులో రామాయణములు వచ్చుచునే యున్నవి. కాని ఇవ్వవలసినంత తృప్తినివ్వలేక, మరొకటి వచ్చుటకవకాశ మిచ్చుచునే యున్నవి నాచన సోమనాథుని ఉత్తర హరి వంశ మున్నది. అతడు భాస్కరునివలెకాక విశిష్టుడు. కాని దురదృష్టవశమున ఆతని విశిష్టత శబ్దాలంకారములు మాత్రమే మిగిలిన కవిత అందమైనదే కాని ఆపాటి అందమైన కవిత ఆయనకే ఉన్న ఒక విశిష్ట వస్తువుకాదు. ఆయనకు విశిష్టమైన శబ్దాలంకారము గౌరవాపాదకము కాదు. తెలుగున ఎవరును శబ్దాలంకారముల జోలికి పోలేదు. శబ్ద ప్రధానుడైన శ్రీనాథుడు కూడ ఏ శబ్దాలంకారములును వాడలేదు. కాని, అతిచిత్రమైన విషయము, శబ్దాలంకారములు

వాడిన కవులందరి కంటె అతడు శబ్ద శక్తి నెక్కువగా కొల్ల గొట్టెను. నాచన సోమనతర్వాత, పోతన భట్టుమూర్తి మాత్రమే శబ్దాలంకారములు వాడినవారు. అన్యులందును శబ్దాలంకారములు కలవు. కాని అది వారి ప్రధానలక్షణము కాదు. ఈ శబ్దాలంకారములు విశిష్టమైన సోమనలో ఎట్టి సహాయమును చేయలేకపోయినవి. కాని పోతనకు, భట్టుమూర్తికి వారి కావ్యములందు ప్రధానస్థానము నాక్రమించుకొనినట్టి శబ్దాలంకారము లపకారము చేయలేకపోయినవి. కారణము వీటికంటె అతీతమైన స్థానమున మరొకటి వారియందు కలదు. పోతనలోని ఆర్తి, ఆర్ద్రత, ఉత్కంఠ అను లక్షణములు ఆయన కవితకు ఒక విలక్షణతను చేకూర్చినవి. బహుశః యావదాంధ్ర సాహిత్యమందును ఈ విలక్షణత ఆయన పూర్వులందుగాని, అర్వాచీనులందుగాని లేదని గట్టిగా చెప్పవచ్చును. పోతనగారి గజేంద్రమోక్షము, వామనావతారము, ప్రహ్లాదచరిత్ర రుక్మిణీ కల్యాణములకు ఈడైనవి తనవద్ద కలవని తెలుగులో ఏ కవికూడ చెప్పుకొనలేడు. ఈ లక్షణములచేత పోతన తెలుగు జగత్తున ధ్రువస్థానము గడించుకొనెను. ఇక భట్టుమూర్తిది మరొకదారి. అతనిలో శబ్దాలంకార బాహుళ్యమున్నను అతడి పరమార్థ మదికాదు. అది వ్యంగ్యసాధన. అది రసోన్ముఖ ప్రవృత్తి. పాప మా కృషి ఫలింపక శ్లేషగా భ్రష్టమాయెనుగానీ లేనిచో భట్టుమూర్తివంటి విలక్షణుడు, అగ్రేసరుడు తెలుగున మరొకడు లేకపోయెడి వాడు. కారణము, అట్లైనచో ఏకైక ధ్వని కావ్య ప్రణేతగా ఎన్నదగిన తిక్కనసోమయాజికి తర్వాత, ఇతడే అంతటి వాడుగా నిలిచి

ఉండును. కాని, ఇట్టి ధ్వని వ్యవసాయము చేపట్టిన మరొక కవి పాండురంగకర్త కృతకృత్యుడయ్యెను సర్వత్ర వెలయింపక పోయినను అయనలో వ్యంగ్యమర్యాద ప్రస్ఫుటముగా గోచరించును. ఆ విలక్షణమైన పలుకుబడి, ఆ తెలుగు పలుకులు పువ్వుకుత్తులుగా గ్రుచ్చి పోకడ, ఆ ప్రౌఢ శబ్ద బంధుర సమాస ఘటనాధోరణి, ఇవన్నియును అతని వ్యంగ్య లక్షణమును సూచించుచున్నవి. ఇవన్నియు పూర్వకవుల పరస్పర సంబంధ విశేషములు

శ్రీనాథ జక్కన పినవీరన అనునటువంటి రెండవ కవిత్రయము వారు వచ్చిన దగ్గరనుండియే తెలుగున కవిత్వము రక్తి గట్టినది. వారినే తర్వాత కవు లనుసరించి ప్రబంధ యుగము నావిష్కరించిరి. వారిని ప్రబంధకవు లెట్లనుసరించిరను విషయమును పరిశీలించుటకు ముందు రెండవ కవిత్రయము వారిలో పరస్పర సంబంధ మెట్టిదో తెలిసికొన్నచో చాల చిత్రముగా ఉండును - మొదటి కవిత్రయములో సమానలక్షణ మేదియును లేదు ముగ్గురు మూడు త్రోవలవెళ్ళిరి. కాని రెండవ కవిత్రయమువారట్లు గాదు. వారికొక సమాన లక్షణము గలదు తెలుగున, సంస్కృతమున వారి నుడికారము, సమాస రచనాధోరణి, ఉత్పల చంపకమాలికలను మత్తేభమును, సీసమును నడిపించురీతి రెండవ కవిత్రయము వారిలో ముగ్గురియందు సమాన లక్షణలక్షితములై కనుపించును — తక్కిన విషయములందు వారివారి ప్రత్యేక విలక్షణత వారికి కలదు.

జక్కనకంటె శ్రీనాథుడు పూర్వుడో లేక అర్వాచీనుడో చెప్పుట సాధ్యమగుట లేదు. కవి చరిత్రయందు జక్కన సుమారు 1440 నాటివాడుగా చెప్పబడినది. ఆయన విక్రమార్క చరిత్రము 14[illegible]0కి తర్వాత 1447 పూర్వము రచింపబడినట్లు సూచింపబడినది. కాని శ్రీనాథుడు 1[illegible] లో జన్మించి 1440కి గతించినట్లును, 14[illegible]లో హరవిలాసము రచింపబడినట్లును, 1404లో విద్యాధికారియైనట్లును, చెప్పబడినది. దీనినిబట్టి చూచినచో శ్రీనాథుడే జక్కనకంటె కొంచెము పూర్వుడుగా కనుపించును, సమకాలికుడు కావచ్చును. కాని మరికొన్ని కారణములచేత శ్రీనాథుని కంటె జక్కన పూర్వుడని తోచుచున్నది. తిక్కన తర్వాత ఒక పోకడ కనుపించుచున్నది. అది సంస్కృతమందలి పౌరాణిక గ్రంథములను తెలిగించుట విడిచి, కేవల లౌకిక కథా ప్రధానములైన గ్రంథములు తెలిగించుట, దశకుమార చరితము. కేయూరబాహు చరితము, ఇత్యాదులు. ఇట్టివి గైకొని తెలుగు కావ్యరచన చేయు వాడుక 13, 14 శతాబ్దముల లక్షణముగా తోచుచున్నది. తర్వాత మరల శ్రీనాథుడే లౌకిక కథా ప్రధాన గ్రందములు మాని పౌరాణిక గ్రంథములు తెనిగించెను. ఈ విషయము దృష్టియందుంచుకొని చూచినచో కేతన మంచనల కోవకు చెందిన చివరివాడుగాను, శ్రీనాథుని పూర్వుడుగాను తోచును. మరొక ముఖ్యమైన విషయము — కావ్యారంభమున "శ్రీ గౌరీకుచనీల మౌక్తిక మణి శ్రేణి విభూషాఘృణి ప్రాగల్భ్యంబులు కృష్ణ పాండుర తను ప్రౌఢిం బ్రతిష్ఠింప దేజో గణ్యుండయి యొప్పు శ్రీహరిహరేశుం''డని

హరహరనాథ స్తుతిచేసెను. కనుక తిక్కన తర్వాత కేతన మారన నాచన సోమనాది హరహరకవులును తిక్కన అనుచరులును అయినవారి కోవకు చెందినవాడుగా కనుపించును. శ్రీనాథుని తర్వాత హరహరనాథుని పేరెత్తినవాడు లేడు. కారణము అప్పటికి శైవము తెలుగునాట ప్రబలినది. అద్వైతి అయిన శ్రీనాథునియందును శైవ ప్రాబల్యముండుటఆనాటి లక్షణము. బైచరాజు వెంకటనాథుడు శ్రీనాథుని తర్వాతివాడయ్యును హరహరనాథుని పేరు ప్రశంసించుటచేత హరహరనాథ ప్రశంస చేతనే జక్కన శ్రీనాథుని పూర్వుడనుట పొసగకపోవచ్చును. కాని, వెంకటనాథుని ప్రశంసకును జక్కన ప్రశంసకును భేదమున్నది జక్కన చేసిన హరహరనాథ ప్రశంస కావ్యారంభ పద్యమందే చేయుట అది నిరాడంబరముగా సహజముగా ఉండుట నాచనాదులందరిది ఇట్లే సామాన్యముగా ఉండుట గుర్తింపవలెను. కాని వెంకటనాథు డట్లు కాదు, కావ్యారంభ పద్యమున కృష్ణస్తుతి చేసెను. తర్వాతి పద్యములందు శివ వినాయక శారదా దుర్గాది దేవతలను స్తుతించెను. ఇష్టదేవతాస్తుతి, కవిస్తుతి మొదలైనవి పూర్తిచేసి కావ్యరచనను గురించిచెప్పుచు హరహరనాథుడు పంచతంత్రమును తన కంకితమిమ్మనినట్లును, తానిచ్చినట్లును తిక్కనవలె ఒక కలను కల్పించెను. ఇదియంతయు హాస్యాస్పదముగా ఉండును. కనుక జక్కనచేసిన హరహర ప్రశంస శ్రీనాథ పూర్వులైనవారు చేసిన పద్ధతిలోనుండుటచేత అతడు కేతన మంచనల కోవలో చివరివాడు, శ్రీనాథుని పూర్వుడు అయినట్లుగా కనుపించును. శ్రీనాథ జక్కనల పౌర్వాపర్యములను నిర్ణయించుట కష్టమేమో. కాని జక్కన

శ్రీనాథునికి పూర్వుడనుమాట పెద్దలనాటినుండి గలదు. దానిని తీసికొని ఇక్కడ వారి సంబంధము పరిశీలింపబడు చున్నది.

జక్కనలో నాచన సోముని సంస్కృతరీతు లున్నవి. ఉదా :— "దివిజస్త్రీ కుచకుంభ కుంకుమముతో" ఇత్యాది పద్యములు సోముని పద్యములను గుర్తుకు తెచ్చును. కాని జక్కనలో సోముని తెలుగు లేదు. సోమునిలో ఉన్నది తిక్కన తెనుగు, జక్కన తెలుగు శ్రీనాథ పినవీరనల తెలుగువలె క్రొత్త కమ్మదనము సంతరించుకొని యుండును. ఒక్కరీతి దీ ముగ్గురి తెలుగు పదముల కూర్పులో జక్కన శ్రీనాథులు సమాన సౌందర్యమును సాధించిరి. జక్కన శ్రీనాథులను పోల్చి చదివినచో చాల చోట్ల వారరువురా లేక ఒక్కరేనా అనిపించును (ఇరువురును, నెల్లూరు వారనుటకు నిర్వివాదము లైన కారణములు కలవు.) శైవము కూడ అంత ప్రబలముగానే ఉండును. జక్కనలోని "ఏ కొండ శిఖరాగ్ర మీక్షించి నంతన భవబంధములు బెడబాపగల్గు ఏకొండ యిల్లుగా ఈశానుడే ప్రొద్దు పార్వతీ సహితుడై పాయకుండు... శిల లఖిలంబు లింగములు చెట్లు సమస్తము కల్ప భూజముల్" ఇట్టి వెన్నో పద్యములు జక్కనవి కలవు. (1-197, 199) జక్కన అసలు పేరై తర్వాత మంత్రదీక్షా నామమైన శ్రీనాదుడను దానిని పెట్టుకొనెనా అనుకొనుచుంటిని. కానీ శ్రీనాథుని పద్య రచనలో సీసమున కున్నంత ప్రాధాన్యము ఉత్పల చంపకములకు లేదు జక్కనలో శ్రీనాథుని సీసముల వంటివి ఉన్నప్పటికిని అది మాత్రమే ప్రధానము కాదు. ఆయన ఉత్పల చంపక మత్తే

భాదులలో కూడా అంత రామణీయకము చూపించును. ఇది శ్రీనాధునిలో లేదు. "కన్నులు గండు మీలు తొలుకారు మెరుంగులు కాము బాణముల్ చన్నులు కుంభి కుంభములు సంపెగ బంతులు చక్రవాకముల్— దలమగు పక్షకప్పురపు తావులు పైపయి సోడుముట్టి చెంగలువల పాన్పుపై నునిచి కాంతకు గొజ్జగి నీటి తెటచే జలకములార్చి— పంచిన భూసురోత్తముని పాలికి నేగి ప్రియంబు చెప్పి రావించి నవీన చంచ దరవింద మరంద విలోల చంచరీకాంచిత దీర్ఘికాతట వనాంతర సీమ వసింపజేసి— మొదలైన జక్కనయొక్క ఉత్పలాది వృత్తములు చాల రమణీయముగా నుండును. "కటి భాగమున గంధకరటి రాట్చర్మంబు కపటంపు చిమ్మచీకట్ల నీన — జూట కూటమునందు సొబగు లేజందురు డకఠోర సార చంద్రికలుగాయ- కుటిలపాటల జటాంకుర కుట్టనంబుల జగ దండ సీమ బెజ్జములు పుచ్చ ఇటువంటి ఉక్తి వైలక్షణ్యము జక్కనలో లేదు. కనుక వారు భిన్నులనుట స్పష్టము.

కానీ ఒకరిపోలిక లొకరిలో గోచరించుట చిత్రముగా నుండును. "కాలకంఠ కఠోర కంఠహుంకారంబు చెవులు సోకని నాటి చిత్తభవుడు." (శృం. నై ష.) అని శ్రీనాధుడు చెప్పిన భావము జక్కనలో పునఃపునః ప్రయుక్తమై ఉన్నది. "శంకరు కింకలోబడని శంబర సూదనులు" (1-71) హరుని కనుదృష్టి దాకనిమరుడనంగ (8-7) అని మరొక చోట జక్కన వాడెను. "కుటిలారాతి వరూధినీధవ శిరః కుట్టాకఘాటీ మహా పటహా ధ్వాన విపాట్యమాన దళ దిగ్భాగుండు"— వంటి శ్రీనాధుని పద్యపు ఎత్తుగడలు అరి భూనాధ వరూధినీ మద భరాహం

కార దుర్వార కోప రసాటోప వంటివి జక్కన పద్యములలో కనుపించును.— గగన రత్నము కట్టు మొగులుతో నుదయించె చరమదిక్కున దోచె శక్రధనువు, పూర్వాపర వ్యాప్తి పొలుపారె జలరేఖ, లాలోల గతివీచె మూలగాలి.. తూనిగలాడె తోయనిధి దొరపుమోత జనించె పంక్తులై కానబడెన్ బలాకములు కప్పు యెలుంగు చెలంగె నిర్జల స్థానములందు, గుంజము తుదం గృకలాసము సిల్చె నింగికై యాననమెత్తి, భూమి రజమంగములం బెరయించె పిచ్చికల్ (4-27, 28) విక్రమార్క చరిత్రలోని ఈ వర్షాగమ ఘట్టమిందలి పద్యములు శ్రీనాథుని హరవిలాసమందలి ఆ ఘట్టము పద్యములకు జ్ఞప్తికి తెచ్చును. "మించు కన్నుల గోరగించు రాజాన్నంబు నుపమింపరాని సద్యో ఘృతంబు, నమృతోపమానంబు లగు పిండివంటలు ఉజ్జ్వలంబై యొప్పు ఒలుపు బప్పు, మదికింపు బెంచు కమ్మని పదార్థంబులు బహుపాక రుచులైన పాయసములు, దగు వాసనా వాసితములైన పచ్చళ్ళు వడియగట్టిన యానవాల పెరుగు, సరస మధుర రసావళి సముదయములు, పంచసార సమంచిత పానకములు, కమ్మకస్తురి నెత్తావి గైపుసేసి, యూరుగాయలు జల్లని యుదకములును, (4-108) అని మృష్టాన్నములను విపులముగా వర్ణించు పద్ధతిలో జక్కన వ్రాసిన పద్యములతో పోలినవి శ్రీనాథునిలో చాల కలవు " పప్పులు పిండివంటలుసు పాయసముల్ ఘృతముల్ గుడంబులున్ గుప్పలుగాగ నట్టునను గూర్పుగ గూడిన పరుబ్రాల తెల్లప్పర భోగి వంటకము గమ్మని తాలిపు సొజ్జపిండితో నొప్పులుగా భుజించిరి బుధోత్తము లాకటి చిచ్చు పెచ్చునన్.— ద్రాక్షాపానక

ఖండ శర్కరలతో రంభాఫల శ్రేణితో గోక్షీరంబులతోడ మండె గలతో గ్రొన్నేతితో బప్పుతో నతుయ్యం బగు నేరుబ్రాల కలమాహారంబు నిశ్శంకతన్ కుతుల్ నిండగ నారగించితిమి అక్షుద్రక్షుధా శాంతికిన్'' ఖే. ఖం. (2-142) కాశీఖండములో వ్యాసునికి శిష్య సమేతముగా అన్నపూర్ణ భోజనము పెట్టిన సందర్భములోని గద్యయు ఇట్టిదే.

శ్రీనాథుడు సీసమును నడుపు పద్ధతి అతి విలక్షణ మైనది. శ్రీనాథుడనగానే సీసమే స్ఫురించును. ''జిలుగు సంధ్యారాగ చీనాంబరము గట్టి కుసుమ గర్భముగ కీల్కొప్పు దురిమి— వలమాన తాటంక వజ్రాంకురచ్ఛాయ లేత వెన్నెల పుక్కిలించి ఉమియ— చాముండి యొనరించు ఝుంపె తాళమునకు భృంగీశ్వరుండాడె ప్రేంకణంబు— గొజ్జంగిపూనీరు కులికి మేదించిన కమ్మకస్తురి మేన కలయనలది —, ఇట్లు మనోహరముగా సంస్కృతాంధ్రములను మేళ వించుచు లయ తప్పకుండా ఆయన సీసములు నడచును. జక్కన సీసములును ఇట్లే ఉండును. చెదరిన యలకల చిక్కు సక్కగదీర్చి జారిన గనయంబు సవదరించి (1-158) కుంభో దకము బోసి అంభోజముఖి పెంప చూతంబు కొమ్మను చూప డొడగె, ఫలరసంబులు బోసి బాలిక పోషింప జిలుక మో మెఱ్రగాజేసికొనియె (4-156) కీలుకొప్పున కన్నె గేదంగి రేకులో పునుగు సౌరభముల బుజ్జగింప, నలిక భాగంబున నెల వంక తిలకంబు కస్తూరివాసన గుస్తరింప, సిరమైన పచ్చకప్పు రముతో బెరసిన తమ్ములమ్మున తావి గుమ్మరింప, కుచకుంభ ముల మీద కుంకుమ పంకంబు పరిమళంబులతోడ పరిచరింప

(7-33)" చేమంతి రేకులజేసిన పరపుపై తెరగొప్ప నల్లన దెరవనుంచి, యందంద డెందంబు నంద గందమలంది సిరమైన పచ్చకప్పురము సల్లి (7-64)- కొదమచందురునిలో కొదమ కై వడి మించునటియించు సన్నపు నాభిబెట్టి, ములుపడి ప్రావడ్డ వలరాజు డాలగుమీద గందపుబూత మేళవించి—(8-7)

గుస్తరించు మొదలైన క్రియా పదములు శ్రీనాధుని విశిష్ట ప్రయోగములు. ఇట్టివి జక్కనలో దొర్లుచుండుట గుర్తింపవలెను. అన్యులందు ఇవి ఇట్లు ఇంత ప్రచురముగా ప్రయోగింపబడలేదు.

శ్రీనాధుని సీసములు, జక్కన సీసములు పరస్పరము పోలియుండుటేగాక మరికొన్ని పోలికలు కూడా కలవు. జక్కన కాశీ మహిమ వర్ణనలు, శ్రీనాధుడుచేసిన వర్ణనలను జ్ఞప్తికి తెచ్చును. శ్రీనాధుడు కాశిని వర్ణించు పద్ధతిగాని, శివ మహిమలు వర్ణించు పద్ధతిగాని, వీరశైవధోరణిలో నుండును. జక్కన వర్ణనలు కూడా అట్లే ఉండును. చెలువగు కాశికా మహిమ చిత్రము-రూప మొక్కటి రెండు రూపులై చెలు వొందు ఇత్యాది పద్యములు (2-191, 192 విక్ర.) జక్కల్గి చేసిన శ్రీశైల వర్ణనలు, శ్రీనాదుని కాశీవర్ణనల పోలికలు కన ఉండును. "ఏకొండ శిఖరాగ్ర మీక్షించినంతన భవబంధములు బెడబాపగల్గు, ఏకొండ యిల్లుగా ఈశాను డే ప్రొద్దు పార్వతీ సహితుడై పాయకుండు, ఏ కొండమీద బ్రహ్మేంద్రాది దివి జులు శబర వేషంబుల సంచరింతు రట్టి శ్రీపర్వతము చూచి నట్టివారు ....శిలలఖిలంబు లింగములు చెట్లు సమస్తము

కల్పభూజముల్...... (1-197, 199 విక్ర.) ఇత్యాది పద్యములు జక్కన శ్రీశైల వర్ణనలు సప్తమాశ్వాసములో జక్కన చేసిన కాంచీపుర వర్ణన శ్రీనాథుని జ్ఞప్తికి తెచ్చునట్టిదే. శ్రీనాథుడు తన క్రీడాభిరామమునందు బెల్లముకొండ భైరవ స్వామి ప్రశంసచేసెను. అట్టి ప్రశంస జక్కనయందును కలదు. ఉదా॰ శ్రీమద్ బెల్లముకొండ భైరవ కృపాశ్రీనిత్య సామ్రాజ్య లక్ష్మి..." (2-260 విక్ర.). శ్రీనాదుని ఆశ్వాసాంత పద్యములకును, జక్కన ఆశ్వాసాంత పద్యములకును పోలికలు కలవు. ఉదా - "శ్రీ కర్ణాట మహా మహీశ్వర సదాసేవా ప్రధానోత్తమాసిక స్తుత్య లిపి క్రియానిపుణ..." (3-137విక్ర) "నారీ చిత్తసరోమరాళ నవనానాగంధ సౌగంధ్య..." (4-229 విక్ర.). సప్తమాశ్వాసములోని ఒక విప్రకుమారుని వర్ణన శ్రీనాదుని క్రిడాభిరామమందలి గోవింద మంచనశర్మ వర్ణనవలె నుండును వెన్నెల జరియిడ్డ వెండి తీగెలబోలు యజ్ఞోపవీతంబు లజుత నమర కన్నె చెంగల్వపూవన్నె మించిన నీరుకావిదోవతి కట్టు కలదలిర్ప, వెలిదమ్మి పిరిపిద ఎలదేటిగతి గంగ మట్టిపై వేలిమిబొట్టు దనర, నీల కందుకముపై గీలించు ముత్యాల విధమున సిగ గమ్మవిరులు మెరయ, లలితనవ యావనారంభ కలితమైన మేని మెరుగులు మెరుగుల మెరుగుదెగడ చంద్రధరు కృప బ్రహ్మ వర్చసముగన్న మారుడన నొప్పు విప్రకుమారు గాంచె (7-143 విక్ర.) చివరకు జక్కన యొక్క, చిన్నారి పొన్నారి చెక్కుటద్దములపై చిరునవ్వు మొలకలు చెంగిలింప (7-172 విక్ర.)అను ఒక చిన్నముక్క కూడా శ్రీనాధుని, చిన్నారి పొన్నారి చిఱుతకూకటి నాడు రచియించితిని మరుద్రాట్

చరిత్ర అను సీసమును జ్ఞప్తికి దెచ్చును. ఈ విధముగా శ్రీనాథు నికిని జక్కనకును చాల సన్నిహితమైన సమాన లక్షణములు కలవు. జక్కన శ్రీనాథుని పలుకుబడికి లొంగినవాడో లేక శ్రీనాథుడు జక్కన పలుకుబడికి లొంగినవాడో వారి పౌర్వా పర్యములు తెలియకపోవుటచేత నిర్ణయించుటకు వీలుగా కున్నది. ఒక్కొక్కసారి జక్కనకంటె శ్రీనాథుడే పూర్వు డేమో అనిపించును

శ్రీనాథ జక్కనల విషయ మిట్లుండగా పిల్లలమర్రి పిన వీరభద్రుని విషయము మరింత చిత్రముగా నుండును. శ్రీనా థుడు శృంగార నైషధమును వ్రాయగా ఇతడు శృంగార శాకుంతలము వ్రాసెను పినవీరన శ్రీనాథ పూర్వకవులందరి పద్యశిల్పసారము గ్రహించినవాడు. తిక్కన సోమయాజిని కూడా ఒంటబట్టించుకున్నవాడు. “సింగం బాకటిచే గుహా ముఖమునన్ చేడ్పాటుమైయుండి” అన్న సోమయాజి పద్య మును అతడు ఎట్లు వాడుకొనెనొచూడుడు. సింగంపుం బోది వచ్చు చందమున... (1-115) అట్లే మునులు నిగ్రహానుగ్రహ సమర్థులని దుష్యంతుడను చోట “దరిసెనఫూల కంటెను మతిం పగ మెత్తన” (2-37) అని వ్రాసెను. దీని మాతృక నన్నయ భట్టు వ్రాసిన సుండుమనంబు నవ్యనవనీత సమానము, అని గుర్తింపవచ్చును. పినవీరనపై శ్రీనాథ ప్రభావ మత్యధికముగా నున్నది. అట్లనుటచేత పినవీరన స్వతంత్ర ప్రతిభ లేనివాడని కాదు స్వతంత్రప్రతిభ లేనివారు లెక్కకురాక కాలగర్భమున కలసిపోయిరి ఏదో ఒక విశిష్టమైన నవీనసృష్టి కొంతయైనను చేసినవారే నేటివరకు నిలిచి ఉన్నారు. వీరందరును తత్తత్

పూర్వుల మహిమ లాకళించుకొని, కృత పరిశ్రములై, కవితా వ్యవసాయ మొనర్చినవారగుటచేత పూర్వుల ఔజ్జ్వల్యము వీరి యందు గోచరించుచుండును. కాని వీరు ప్రతిభావంతులగుటచేత ప్రతిభ నవనవోన్మేష శాలిని అగుటచేత వీరియందు నూత్న చైతన్యము తొణికిసలాడుచుండును. ఆ నూతన చైతన్యము తదనంతర కవులకు వెలుగు చూపించును. ఆ విధముగా ఒక సౌందర్య జ్యోతి అరనీకుండా తరతరములుగా నిర్వహింపబడు చున్నది. కాని, దురదృష్టవశమున మన తరమునందే ఆ జ్యోతికి ముప్పు వాటిల్లు పరిస్థితులు సంభవించుచున్నవి. తెలుగు పద్యము చదువుటయే ఒక విలక్షణచర్య, ఒక విశిష్టమైన ఆనందానుభూతి. ఈనాటి యువకులలోను, కవులలోను, పండితులనబడు వారిలోను తెలుగుపద్య మెట్లు చదువవలెనో, పద్యము నెట్లానందించవలెనో ఎరిగినవారు అరుదైపోయిరి.

శ్రీనాథుని శృంగారనైషధము ఒక ఆంధ్రసాహిత్యమున అపూర్వ కావ్యము. శ్రీనాథుని కాలమునకు సంస్కృతమున కావ్యలక్షణములు స్పష్టముగా నిర్వచింపబడి అట్టి నిర్వచనములు ప్రమాణములైనవి. ఈ విధముగా పరిణతిపొందిన శాస్త్రమునకు విధేయములై సంస్కృతమున కావ్యములు రాజొచ్చినవి. సంస్కృతమందలి సాహిత్యశాస్త్రములే తెనుగు సాహిత్య కృషికి ప్రమాణములైనవి. కానీ తెలుగున తత్ప్రమాణ విధేయములైన కావ్యములు మాత్రము శ్రీనాధుని కాలమునకు కూడా రాలేదు. శ్రీనాథుడు కూడా ఆలంకారిక ప్రమాణ

విధేయమైన కావ్యమొకటి వ్రాయవలెనను తలపులేని వాడనియే చెప్పవలెను కాని, అతడు హర్షనైషధమును తెనిగింపగానే అది ఆంధ్రసాహిత్యమున ఒక అపూర్వ సన్నివేశమును కల్పించినది. హర్షనైషధము శాస్త్రములు చెప్పిన ప్రమాణముల ననుసరించి రచింపబడిన ఒక కావ్యము. అనువాదమైనను శృంగార నైషధము తెలుగున అవతరించగానే అదియును ఉద్దండుడైన శ్రీనాథుని కృతి అగుటచేత ఒక మహత్తర మూర్తితో ఆంధ్ర సాహిత్యమున నిలిచెను. పరిసరములను దాని ప్రభావ మాక్రమించెను. ఆ ప్రభావము తదనంతర కవులను కూడా తాకినది. నేటికిని మనలో దానికి అద్వితీయమైన స్థానమున్నదిగదా!

నైషధమును శ్రీనాథుడు తెనిగించుటకు భారతీయసాహిత్యమున సంస్కృతనైషధావతరణము రేపిన సంచలనమే, కారణము. ఆలంకారికులు సంస్కృతమున కావ్యమునకు ధ్వని జీవమని సిద్ధాంతము చేసిరేకాని సంపూర్ణముగా ఒక ధ్వని కావ్యమును ఎవ్వడును వ్రాయలేదు. కావ్యమునందు అచ్చటచ్చట వ్యంగ్య పరిమళము గుబాళించు కొన్ని తావులు ఉండెడివేగాని కావ్యమంతయు ఆమూలాగ్రముగ ధ్వని భరితముగా ఒక్కడును వ్రాయలేదు. మొదటిసారిగా అదే చివరిసారిగా కూడా హర్షుడు నైషధీయ చరితమును ధ్వని కావ్యముగా వ్రాసెను. కాళిదాసకృత మేఘసందేశము అట్టిదేనేమో అని నాకప్పుడప్పుడు అనుమానము కలుగుచుండును. ఇది పరిశోధనార్హమైన విషయమని నా ఊహ. అట్టి విశిష్టమైన హర్షకావ్యము రేపిన సంచలనము దేశ్యభాషలను కూడా తాకినదని తెలుగుసాహిత్య సంఘటనలచేత తెలియుచున్నది.

శృంగారనైషధము అనువాద మాత్రమైనను తెలుగున ఆలంకారిక ప్రమాణ విధేయమైన తొలికావ్యముగా వెలసినది. దానిచేతనే తెలుగున కావ్యరచనా స్పృహ పరిపక్వమైనదని అనుకొనవలెను. వెంటనే పినవీరభద్రుడు శృంగార శాకుంతలమని యొకటి వ్రాసెను. శృంగార శాకుంతలము తెలుగులో ఉదయించిన తొలికావ్యము. అనగా వస్తువు, నేత, రసము ఇత్యాది కావ్యలక్షణములకు నిలుచునది. దీనిని పరిశీలించిన వారికి ఇది శృంగారనైషధమును చూచి బయలుదేరినదని తెలియును. పినవీరభద్రుని కవితలో శ్రీనాధుని ఛాయ లెన్నియో కలవు. కొన్ని శ్రీనాథుని సమాసములను, పదబంధములను, పద్యనిర్మాణ ధోరణులను ఈతడు గైకొనెను హరవిలాసమందలి "ఖుసిమీరన్ సురథాణ నిండుకొలువై కూర్చున్నచో" అను పద్యమందలి "ప్రేంఖోలన ప్రక్రియావసరోదంచిత సార సౌరభ రసవ్యాలోల రోలంబముల్" అను సమాసమును గైకొని తన "విసరం జూడకుడమ్మ" అను పద్యములో (3-194)తదంతరాతంర నితాంతామోద హేలారతాంత సమాక్రాంత కృతాంత రూప పవమాన ప్రేంఖణ ప్రక్రియా వసరోదంచిత చారు సౌరభ రస వ్యాలోల రోలంబముల్" అని వాడుకొనెను. శ్రీనాధుని "సదసత్సంశయగోచరోదరి శరత్సంపూర్ణ చంద్రాననన్" అను పద్యపాదమును గైకొని, తన "మదనారాతి సమాను" పద్యములో (2-173) "సదసత్సంశయ గోచరోదరి సుధా సంబాధ బింబాధరిన్" అని వాడుకొనెను. ఈ పద్యపు నడక శ్రీనాదుని పద్యపునడకవలెనే ఉండును. శ్రీనాధుని "రమణిం బల్లవ పాణి పద్మనయనన్ రాకేందు బింబాననన్" అను వరుసను

పాటించి ఈ పద్యమున పినవీరన, ''తోయద నీలాలక కంబుకంఠి కరణీయానన్ పయోజాననన్'' అనెను శ్రీనాథుడు భీమఖండ మునందలి ''నెట్టుకొని కొలుతు నన్నయ భట్టోపాధ్యాయ సార్వభౌముని కవితా పట్టాభిషిక్తు భారత ఘట్టోల్లంఘన పటిష్ఠ గాఢ ప్రతిభున్'' అను పద్యమును గైకొని ''ఇట్టుల మరునుతి భారతఘట్టమునకు నడవ యచ్చుగట్టిన కవితా పట్టాభిషిక్తు నన్నయ భట్టోపాధ్యాయు దలచి పరమప్రీతిన్'' అని వ్రాసెను. శ్రీనాథుని "రమణింబల్లవ పాణి పద్మనయనన్" వంటి ధోరణిలో రెండు పద్యము లితడు వ్రాసెను. "ఇందీవరచారు నేత్ర సముదంచచ్చంచరీకాలకన్ జలజాతనన కంబుకంఠి బిసహస్తన్ జక్రవాక స్తనిన్ బులినశ్రోణి మరాళరాజగమనన్ భూజాని గాంచెన్ నటజ్జల కల్లోల పరంపరానినదవాచాశాలినిన్ మాలినిన్ (1-27) "చంచత్పల్లవ కోమలాంగుళ కరన్ సంపూర్ణ చంద్రాననన్ వ్యంచత్ చందనగంధి గంధగజయానన్ చక్రవాక స్తనిన్ కించిన్మధ్య దటిల్లతా విలసితాంగిన్ పద్మపత్రాక్షి వీక్షించెన్ రాజు శకుంతలన్ మధుకరశ్రేణీ లసత్ కుంతలన్ (2-53) శ్రీనాథుని కాలంకంఠ కఠోర కంఠ హుంకారంబు చెవులు సోకని నాటి చిత్తభవుడు అను సీసము గైకొని, గౌతమ మునినాథుచేత నొప్పరిమేను వికృతినొందని నాడు వేల్పుఱేడు, పెండ్లిలో గిరిజాస్య బింబంబు జూచుచో తాల్మి వీడనినాడు తమ్మిచూలి, కలశపయోరాశి చిలుకు కవ్వపు గమ్మి, కుంది కబ్బనినాడు మందరంబు, ఇత్యాది పద్యము వ్రాసెను. శ్రీనాథుని "బ్రహ్మలోకంబు కాశికి బడిసివాటు విష్ణులోకంబు కాశికి వినిమయంబు" పద్యముగైకొని ఇతడు "యక్ష నందను

రూపంబు హాస్యకరము, పాకశాసనిరూపంబు బడసివాటు విప
బాణనిరూపంబువినిమయంబు ధరణి నారాజచంద్రుడు సౌందర
మునకు అని వ్రాసెను. కాశీఖండములోని "మలయాచలంబుపై
చిలువ ఇల్లాంద్రుర ఫణరత్నములయందు ప్రతిఫలించి" అను
పద్యము ననుసరించి"సమవర్తి రాణి వాసాల పాలిండ్లపై మృగ
మదా మోదంబు మేతవట్టి, దర్వీకర స్త్రీలు తన్ను వాచవిచూడ
గంధంపు గొండ చెంగట సుఖించి" అను పద్యమును వ్రాసెను.
"దర్వీకరస్త్రీలు తన్ను వాచవిచూడ" అనుదానిని చిలువలేమలు
సేవింప వెలితి పడుచు'' అను భీమఖండ సీస శకలముతో పోల్చ
వచ్చును (1-98 భీమ)

పినవీరన పద్మరాగోపల ప్రాకార రుచిజాల గండూషిత
వ్యోమ మండలంబు (1-69) లోని గండూషిత వ్యోమ మండ
లంబు అనునది "వేదండ వదన శుండాదండ చుళుకిత ప్రోజ్ఝి
తాంభశ్ఛటాప్లుత నభంబు— కరటిశుండాదండ గండూషితో
న్ముక్త సప్తసాగర మహోజలధరములు— వేదండవదన శుండా
దండ గండూషిత వ్యోమమండలంబు మొదలైన వానిని జ్ఞప్తికి
తెచ్చును. చైత్రరథమునకుం ప్రత్యాదేశంబును నందనంబునకుం
ప్రతిచ్ఛందంబును వంటి శ్రీనాథ శబ్ద ప్రయోగములు విరివిగా
కలవు. శ్రీనాథుని "చరమరింఖా పుటాంచల టంక శిఖరంబు"
అను సమాసము ఈయనలో తురగరింఖా ముఖోద్ధూత ధూళీ
పాళి వ్రభగంగానది నడచురేగ" అను పాదమందలి (3-116)
సమాసమును పోలియున్నది. పీఠికయందలి పద్యములు సాధార
ణముగా ఈయనవి, శ్రీనాథ పీఠికా పద్యములను పోలియుం
డును. ఆ యెఱ్ఱయ్యకు కూర్మితమ్ముడగు వెన్నాఖ్యుండు

ప్రఖ్యాతిగా మ్రోయించెన్ బహుదేశ భూవర సభామూర్ధంబులందుల్లస త్సాయంకాల నటన్మహానట జటా సంఘాట ధాటీ వళత్తోయస్ఫాలన ఫక్కికానఘయశస్తుత్తుంభ నిర్ఘోషముల్.

శృంగార శాకుంతలములో కావ్యారంభము పురవర్ణనలతో ప్రారంభించినది. అది పినవీరన నాటికి రూపుగొన్న కావ్య స్పృహకు లక్షణము. కాని, వాస్తవనుగా కావ్య ప్రారంభము దుష్యంత వర్ణనతోనే ప్రారంభమైనది. కారణము శృంగార శాకుంతల రచనా సమయమున పినవీరన దృష్టియందున్న మేలుబంతి శృంగారనైషధము. శృంగారనైషధము నలవర్ణనతో ప్రారంభమగును శ్రీనాధుడు నలవర్ణనచేసిన సీస పద్యమును, పినవీరన దుష్యంత వర్ణనచేసిన సీస పద్యమును, పరస్పరము బింబ ప్రతిబింబములుగా నుండును. "తపనీయ దండైక ధవళాతపతిత్రోద్దండ తేజః కీర్తి మండలుండు, నిర్మల నిజకథా నిమిష కల్లోలినీ క్షాళితాఖిల జగత్కల్మషుండు...... చాపనీరద భవశరాసార శమిత బలవేదహిత తేజో దవానలుడు నలుడు" (శ్రీనాథ.) శృంగార శాకుంతలము నందు చూడుడు "విశ్వసన్నుత శాశ్వతైశ్వర్య పర్యాయ కుటిల కుండలి రాజకుండలుండు దిగిభ శుండాకాండ దీర్ఘ బాహాదండ మానితాఖిల మహీమండలుండు...రత్నరారజ్య దంఘ్రి నీరజయుగుండు శంబరారాతి నిభుడు దుష్యంత విభుడు'' (పినవీరన). శ్రీనాధుని ఉదయబాను వర్ణనను పోలిన పినవీరన పద్యములు కలవు. కాశీఖండములో ''చిరు సాన పట్టించి చికిలిసేయించిన గండ్రగొడ్డలి నిశాగహన లతకు గార్కొన్న నిబిడాంధకారధారాచ్ఛటా సత్రవాటికి

వీతిహోత్ర జిహ్వా... అరుణు డుదయించె ప్రాగ్దిశాభ్యంతర మున," "...నెత్తురని యెడు విచికిత్స నివ్వటిల్ల భాను కిరణంబు లోకకొన్ని ప్రాకె నభము," "కులుకు బ్రాయంపు నూనూగు కోదమ ఎండ ప్రాచి కఠినవ మాణిక్య పదక మయ్యె," "మొదల తీండ్రించు లేతక్రొమ్మొల్మలక యెండ నింగి ఇంగిలికావ నభ్యంగమార్చె" పినవీరన—కావి కోణాము లాకాశ సన్న్యాసి కంబర కపాలికులకు మర్లుజడలు, చిగురాకు బరికెలు గగన చూతమునకు వలతి యూడలు వియద్వటమునకును, సట లంతరిక్ష కేసరికంధరమునకు జమలి ఈకలు నభశ్శాభకునకు, రాగి మీసంబు లభ్రకిరాతు మొగమున బగడంపు లత లుడుపధపయోధి, కనెడు సందేహ చింతనం జావహిల్ల......ఆకసను బ్రాకె తూర్పున అరుణరుచులు (8-202) శ్రీనాథుడు అకరోరసార చంద్రికలు కాయ అనిన దానిని పినవీరన అకరోరచారు చంద్రికలు కాయ అనెను. పినవీరన—"కర్పూరనవ పరాగ విపాండుతనుకాంతి అకరోర చారు చంద్రికలుగాయ, వికటారకూట వల్లికతారమగు పెద్ద మకుటుంబు రేయెండ చిగురునీన......" (4-137) శ్రీనాథుడు — "కటిభాగమున గంధకరటిరాట్చర్మంబు కపటంపు జిమ్మ చీకట్లనీన...జూట కూటము నందు సొబగు లేజందురు డకరోర సార చంద్రికలుగాయ" (కాశీ ఖం,5-101) మరొకచోట "జడల యల్లికలూడ్చి సంపంగి నూనియ శిరసంటి సీకాయ జిడ్డు దిగిచి" అని పినవీరన (4-141) అనినప్పుడు శ్రీనాథుని హర విలాసములోని "జడల యల్లిక లూడ్చి సంపంగి నూనియ" పద్యము జ్ఞాపకమునకు వచ్చును. ద్వితీయా

శ్వాసములో పినవీరన కుండలినీ యోగమును గురించి కొన్ని అందమైన పద్యములు వ్రాసెను. ఒకటి "లీలన్ మధ్యమనాడి నాజమిలిగాలిన్ జొంప లావెక్కి యుత్కీలంబై ఎగబ్రాకి చిద్గగన పీఠింజెంది యందున్న యా ప్రాలేయ ద్యుతిమండలంబు గరగింపం దత్సుధాసారముల్ మూలం గూర్కెడు పాపకన్నె దెలుపన్ మూర్ధాభిషేకంబునన్" ఇది విశ్వామిత్రుని తపస్సందర్భము (2-114). ఈ సందర్భమున జరిగిన యోగశాస్త్ర ప్రసంగము, రచింపబడిన పద్యముల ధోరణి, శబ్దజాలము, శ్రీనాథుని జ్ఞప్తికి తెచ్చును ఇట్టి పట్లు కాశీ ఖండమున కలవు. ఉదా:- కాశీ ఖండమున ద్వితీయాశ్వాసమున, "ప్రకృతిరూపిణియైన పాప పూబోడికి మహదాది వికృతులు మలకలేదు, మొగము విచ్చి సుషుమ్న మూలరంధ్రము గప్పి వంశాస్థి సంబంధవలన లీల (121) ఇత్యాది పద్యములు పరిశీలింపవలెను. కావ్యరచనా నిబద్ధ బుద్ధితో కాళిదాసుని శాకుంతలము నాధారముగాగొని రచన సాగించు నపుడు మూలమునలేని ఈ యోగశాస్త్ర ప్రసంగము చొప్పింపవలెనని ఎట్లుతోచెను? శ్రీనాథ ప్రభావమునకు అపరిమితముగా లొంగిన పినవీరన ఈ పని చేయుటకు శ్రీనాథుడే కారణమని ఇక్కడ స్పష్టమగుచున్నది. సందర్భము విశ్వామిత్ర తపస్సు. అనగా అవకాశము దొరికినది. కనుక శ్రీనాథునియందు తనకు ముచ్చటైన వానిని అవకాశము దొరికినపుడెల్ల వాడుకొనెను.

పినవీరభద్రునిలో తెనుగు పద్యము సౌందర్య పరాకాష్ఠ నందుకొన్నది. తరువాత వచ్చిన అనేక ప్రబంధ కవులయందు

చాల అందమైనవి అని మనము అనుకొను పద్యము లన్నిటికి శృంగార శాకుంతలము మూల కందము పినవీరన తెనుగు పద్యమునందు చేసిచూపిన నానావిధ నూతన విలాస చాతురీ విశేషములు తత్పూర్వముగానీ తదనంతరముగానీ మరెవ్వరును చేయలేదు. అతడే తెలుగు పద్యమునకు ఈనాడున్న సౌందర్య పరిణతిని సంతరించినవాడు. అతని చేతిలో తెలుగు పద్యము జగన్మోహనములైన అవతారము లెన్నో ఎత్తెను. ప్రబంధ కవులు ఇతని నుంచి నేర్చుకున్నంతగా మరెవ్వరినుంచీ నేర్చుకొనలేదు. కొన్ని పద్యములు చూడుడు. 1-64, 2-70, 2-77, 2-121, 2-127, 128, 129, 130, 136, 2-174, 176, 183, 184, 185, 186; 2-186, 3-37, 3-41, 3-58 3-74. ఈ పద్యములు పూచినపూవు గొమ్మలవలె, ఎలమావి తోటలో పాటపాడు గండుకోయిలలవలె, మల్లె పూపొదరిళ్ళలో సవ్వడిచేయు గాలి బాలికలవలె, పూతీగెలలో అలవోకగా నూగిసలాడు రామచిలుకలవలె తెలుగు కవనపు తోటకు నిత్య వసంతోత్సవము గుస్తరింపజాలినవి. శకుంతలా సౌందర్య వర్ణన, శకుంతల వలపు, నాయికా నాయకుల విరహము, చంద్రోపాలంభన, ఇటువంటి ఘట్టములు, పినవీరభద్రునికి పూర్వులైన కవులలో జక్కనాదులను ఒకరిద్దరిని మినహాయించినచో అరుదుగా ఉన్నవనియే చెప్పవలెను. ఉన్న కొలదిచోట్లలోను అపక్వస్థితిలో నున్నవి. ఈ సందర్భములు సమగ్ర సౌందర్యమును సంతరించుకొని, పరిపక్వరూపమును పొందినది మొట్టమొదటి సారిగా పినవీరభద్రుని శృంగార శాకుంతల మహాకావ్యము వందే. ఈ కావ్యమే తరువాత వెలసిన ప్రబంధ వంశ వృక్షము

నకు ఆదిబీజము. పినవీరభద్రుడే ప్రబంధకవులకు మూల పురుషుడు. నన్నయాదుల నుండి పిండాకృతిగ ప్రారంభించి, శ్రీనాధ, జక్కనాదులయందు కించి ద్వికశద స్వరూపమును పొంది, తుదకు సమగ్రలక్షణ సమన్వితముగా ఆంధ్రకావ్య శీర్షోదయమగుటయే పినవీరభద్రుని శృంగార శాకుంతలావ తార తత్త్వము. పినవీరభద్రునకు పూర్వులైన వారి లక్ష ణములు, పినవీరనలో ఉండును. పినవీరనకు తరువాత ప్రబంధకవు లాయన ననుసరింపగా వారి అనుసరణ ధోరణులలో పినవీరన పూర్వుల ఛాయలు గోచరించును. ఈ దృశ్యము యొక్క తత్త్వమును గ్రహింపజాలక పండిత బ్రువులు, ప్రబంధకవులు నన్నయ తిక్కన శ్రీనాధాదులను అనుకరించి రనియు, వారినుండి శిల్పసంపదను తెచ్చుకొనిరనియు, చెప్పుచు ప్రబంధ కవుల మీద ఉన్న పినవీరన ప్రభావమును గుర్తింపక పోయిరి కనుకనే వారు పినవీరనకు ఇవ్వవలసిన ఉత్కృష్ట మైన కీలకస్థాన మివ్వక సామాన్యకవి సమూహములో ఒకడుగా పరిగణించిరి. ఈ పండిత బ్రువులు డిగ్రీల చదువునకు ఈనా డున్న ప్రభావముచేత, విద్యారంగమునందు పదవులు సంపా దించి, విద్యా వ్యవహారములు నిర్వహించు అధికారము కల్గియుండుటచేత, వారి మాటలు తత్త్వమెరుగని ప్రజలకు ప్రమాణములగు దురవస్థ సంభవించినది. జక్కన తెలుగు కావ్యమునకు ఒక అపూర్వమైన శిల్ప సంపద్వైఖరిని సంపాదించి పెట్టిన విశిష్టుడైన మహాకవియని నే నింతవరకు భావించు చుండగా, ఒకనాడొక మిత్రుడు జక్కన కూడ ఒక కవియేనా అనగానే నే నాశ్చర్యచకితుడనై, ఆంధ్రసాహిత్యమున జక్కన

కున్న గౌరవమును గురించి పునరాలోచన చేసితిని. అప్పుడు పినవీరన, జక్కనల యొక్క స్థానము పునర్నిర్ణయము కావలె ననియు, వారిరువురకు ఉన్న అత్యుత్తమస్థానము ఆంధ్ర సాహిత్య విద్యార్థిలోకమున ప్రచుర ప్రచారము పొందవలె ననియు తోచినది.

ఛందః శిల్పము లేక పద్య శిల్పము అనదగిన ఒక శిల్పసంపద యావత్ప్రపంచ కవితారంగము లన్నిటిలోను, ఒక్క తెలుగు కవితారంగమునందే ఉన్నది అనవలసి యుండును. ఉర్దూ, పారశీ, అరబ్బీ, ఇంగ్లీషు, ఇత్యాది భాషలందుగానీ, భారతదేశ మందలి అన్యప్రాంతములందలి భాషల యందుగానీ తెలుగు పద్యమునకున్నంత శిల్ప సౌందర్య సంపద లేదనియే చెప్పవలెను. తుదకు సంస్కృతమునందు కూడ తెలుగువారు తెలుగు పద్యమునందు సాధించినంత శిల్పసంపద సాధింపబడలేదు. లోకోత్తర సౌందర్యమునకు ఆలవాలమైన వాల్మీకి కవితయందు కూడా పద్యశిల్ప మనదగి నది ఏదియును లేదు. వేదములందు కించిత్తాళగతి మాధురిని సంతరించుకున్న ఛందస్సులనుచక్కజేసిఅందుత్కృష్టమైనఅనుష్టు ప్పును అవలంబించి యావద్రామాయణ రచనను ఆ ఋషి నిర్వహించెను. కాని, ఈ రచనయందు మన తెలుగు పద్యము నందు మనము శిల్ప మనుకొనునటువంటి దేదియును లేదు. దానిని తెనుగు పద్యముతో పోల్చి విలువకట్టినచో వచనమని చెప్పినను తప్పులేదు. తెలుగు కావ్యములందలి గద్యములు అంతకంటె చిక్కని లయ బంధురతను వెలార్చును. అసలు తత్త్వతః చూచినచో సంస్కృత కవులు సాధారణముగా

అందును ప్రాచీనులైన వాల్మీక్యాదులనుంచి కాళిదాసభారవి భవభూత్యాదుల వరకు వృత్తరామణీయకమును పిదికంటె భావ సౌందర్యము మీదనే మెగ్గుచూపిరి. అనగా సంస్కృత కవులలో భావ సౌందర్యము ప్రధానమేగానీ వృత్తరచనలో శిల్పదృష్టిలేదు. వైదిక ఛందస్సులే రామాయణమందలి అనుష్టుప్ శ్లోకములుగను, సర్గాంతమందూ, అపరత్ర అక్కడక్కడ కనుపించు భిన్న వృత్తములుగను రూపొందినవని ప్రతిపాదించుచు రామాయణ మందలి వృత్తములకు మాత్రా చ్ఛందస్సులకు వేదములందు మాతృకలు చూపించవచ్చును. అది వివరించవచ్చునుగానీ ప్రత్యేకముగా అది ఒక పెద్ద గ్రంధ మగును. అయితే ప్రస్తుతమున కవసరమైన ఒక్క విషయ మును గుర్తింపిన చాలును. వేదమునందు ఛందస్సులకు భావమునకు ఏలాటి సంబంధమూ ఉండకపోగా రామాయణము నందు సంభవించిన ప్రధాన పరిణామమేమనగా భావమునుబట్టి వృత్తరచన సాగినది. ఉదాహరణకు — హనుమంతుడు లంకను దగ్ధముచేసెను, అని 'లంకాపురమ్ప్రదగ్ధమ్ తద్రుద్రేణ త్రిపురంయధా' అనువంతవరకు అనుష్టుప్పునందు చెప్పి, లంకాదహన వర్ణనను మరింత తీవ్రతరము చేయుటకు మహర్షి ఛందస్సును మార్చి తతస్తు లంకాపుర పర్వతాగ్రే సముద్ధితో భీమ పరాక్రమోగ్నిః ప్రసార్య చూడావలయం ప్రదీప్తో హనూమతా వేగవతా విసృష్టః అని అగ్ని వర్ణనతో విజృం భించి, భిన్నవృత్త మార్గమున రచనా శిల్పమును ప్రస్తరించును. అట్లే మరొకచోట హనుమంతుడు సీతాదర్శనముచేసి, తిరిగి వచ్చిన సంతోష సన్నివేశమున వానరులందరు సుగ్రీవుని

మధువనమునందు ప్రవేశించి తేనెపిందులు మూక ఉమ్మడిగా ఆరగించుచునప్పుడు వారి సంతోషాతిరేక సూచన చర్యలను వర్ణించుచు వాల్మీకి అనుష్టుప్పును వదలి గాయంతి కేచిత్ ప్రహసంతి కేచిత్ పతంతి కేచిత్ విచరంతి కేచిత్—పరస్పరం కేచి దుపాశ్రయంతే పరస్పరం కేచి దుపాక్రమంతే దుర్మిమాద్దుర్మిమమ్ కేచి దభిద్రవంతి ఇత్యాదిగా భిన్న భిన్న ఛందస్సుల నవలంబించెను. కనుక రామాయణము నందు భావమునుబట్టి ఛందస్సును ఎన్నుకొనుట అను ప్రక్రియ తలఎత్తినది. అనగా భావమునకు ఛందస్సునకు తొలిసారిగా లంకెకుదిరినది. కాళిదాసు రఘువంశ కుమారసంభవములం దిట్లే సందర్భానుసారముగా వృత్తములను స్వీకరించెను. కాళిదాసాదుల వరకు ఆ తరువాత చాలావరకు సంస్కృత కవిత్వమును పరిశీలించనచో ఈ నవీన ప్రక్రియ అనగా భావాను గుణ వృత్తస్వీకరణ అంతకు మించి మరింత విపుల రూపుము దాల్చి ఒక శిల్పముగా పరిణమించలేదు. అందమైన సమా సములు గానీ శబ్ద సంయోజనగానీ సంస్కృత కవిత్వమునందు మనకు కనుపించినచో అది కేవలము భావ సౌందర్య దృష్టితో సంభవించినదేకానీ పద్య శిల్పమువంటి దనుకొనుటకు వీలులేదు. 'నిద్రాబల పరాజితః' అని వాల్మీకి అన్నప్పుడు 'వసుధాశైల కుండలా' అని వ్యాసుడన్నప్పుడు 'హస్త ప్రాప్య స్తబకనమితో బాల మందార వృక్షః అని కాళిదాసు అన్నప్పుడుగాని, అచ్చట అందమైన భావమును చెప్పుటకు అందముగా శబ్దములను, కూర్చునట్టి ప్రక్రియయేగానీ, దానికి ఛందశ్శిల్ప స్థితి లేదు. సాధారణముగా సంస్కృత

కవులు భావ చమత్కృతికే ప్రయత్నించి రనుటకు కొన్ని ఉదాహరణ లిత్తును. భాసుడు-- 'సూర్య ఇవ గతో రామః సూర్యమ్ దివస ఇవ లక్ష్మణో [illegible] గతః సూర్య దివసావ సానే ఛాయేవ [illegible] తా.' కాళిదాసు— ఉపగ్నంబి తాని భ్రమరైః [illegible] మార కేస[illegible] [illegible]ఖాని అవతంసయంతి దయ మానాః ప్రమదాః శిరీషకుసుమాని. భోజుడు— అథావాసం శాంతేః అక్లిష్ట సుకృతానాం అసులభం నవాంభోద శ్యామం నళిన దళ నయనం వల్కల ధరమ్ జటాజూటా పీడం భుజగపతి భోగోపమ భుజమ్ దదర్శ శ్రీమ[illegible] [illegible] భువి [illegible]తా సహ చరమ్. భారవి— వ్యానశే శశధరేణ విముక్తః కేతకీ కుసుమ కేసర పాండుః చూర్ణ ముష్టిరివ లంబిత కాంతిః వాసవస్య దిశ మంశు సమూహః. మాఘుడు—మధురయా మధుబోధిత మాధవీ మధు సమృద్ధి [illegible]మేధిత మేధయా మధుకరాంగనయా ముహురున్మదధ్వనిభృతాం నిభృతాక్షర ముజ్జగే. హర్షభట్టు-అవలంబ్య దిదృక్షయాంబరే క్షణమాశ్చర్య రసాల సంగతం సవిలాసవనే వనీ భుజః ఫలమైక్షిష్ట రసాల సంగతం. భవభూతి — "ఇయంగేహే లక్ష్మీః ఇయ మమృతవర్తి ర్నయనయోః అసావస్యా స్పర్శో వపుషిబహుళ శ్చందన రసః అయం బాహుః కంఠే శిశిర మసృణో మౌక్తిక సరః కిమస్యా న ప్రేయో యది పరమసహ్యాస్తు విరహః." ఈ కవుల రచనల కుదాహర ణములుగా ఇచ్చిన పైశ్లోకములను చూచినచో సంస్కృత కవుల లక్షణ మెట్టిదో తెలియును. అనగా సర్వసాధారణముగా వారి లక్షణ మిట్లే యుండును. అక్కడక్కడ తద్భిన్నముగా నుండు పట్లు ఉండవచ్చును. కాని అట్టివి వారి లక్షణముగా

చెప్పుకొనుటకు వీలుగాదు. మురారినుంచి సంస్కృత కవులందు రచనా దోరణి మారినట్లు కనుపించును. కవిత ఒకానొక ఉద్భట శబ్దావష్టంభ గంభీర గమన విన్యాస విలాసమును ఆశ్రయించినది ఉదా:— ఉద్దామ ద్యుమణిద్యుతి వ్యతికర ప్రక్రీడ దర్కోపల జ్వాలాజాల జటాల జాంగల తటీ వాచాల కోయష్టయః- ఈ విధముగా నడచును. ఇట్టివి తత్పూర్వులందు కనుపించవు. భవ భూతి యందును హర్షునియందును ఎడనెడ ఇట్టివి కనుపించి నను, అవి వారి ప్రధాన లక్షణములు కావు. భవభూతి యందొక చోట, "అగర్జద్గిరికుంజకుంజగఘటా నిస్తీర్ణ కర్ణజ్వరజ్యా నిర్ఘోష మమంద దుందుభిరవైః" అని వచ్చును. దీనిచే ప్రేరితుడై ఏమో, జయదేవుడు తన గీత గోవిందమునందు" ఉన్మీలన్మధు గంధ లుబ్ధ మధుప వ్యాధూత చూతాంకుర క్రీడ త్కోకిల కాకలీకల రవై రుద్గీర్ణ కర్ణజ్వరా." అని సముద్దండ శుండాల గమనముతో ఒక వృత్తమును నిర్వహించెను. ఈ నూతన మార్గ ప్రవర్తకులైన వారిని రీతి కవులందురు.

ఈ విధముగా సంస్కృత కవిత్వము పరిశీలించినచో మన తెనుగు కవిత్వమునందు పద్యశిల్ప మనకొను నటువంటి దానిని పోలిన దెచ్చటను కనుపించదు. ఇక తెలుగున చూచినచో ఈ పద్యశిల్పము లోకమున తెలుగు వారికి మాత్రమే ఉన్న విశిష్ట సంపద. దానిని జాగ్రత్తగా సంరక్షించు కొనక దానిని విధ్వం సము చేయుటకు పూనుకొనిరి కొందరు అమాయకులు అజ్ఞా నులు, ఆత్మవంచకులు, లోకవంచకులు.

తెలుగు కవులు వెయ్యేండ్ల నుండి అనంతకోటి పద్య జాలము ను సృష్టించిరి. ఉత్పల, చంపక, శార్దూల, మత్తేభ, కందాదులందు చిత్రవిచిత్ర రచనా విన్యాస విలాసములు చూపించిరి సందార్భానుగుణముగా పద్యరచన చేయుటలో ఒక్కొక్క వృత్తమునకే నానావిధ గమన వైఖరులు ఆవిర్భవించినవి.

ప్రబంధయుగము అని పేరుపొందిన కాలము నాటి కవులు పద్య శిల్ప రహస్యములను శ్రీనాథ, జక్కవ, పినవీరనల నుండి ప్రధానముగా గ్రహించిరని చెప్పితిని. ప్రబంధ కవులు చేసిన కవితా వ్యవసాయమునకు ఫలితముగా కొన్ని సుప్రసిద్ధ పద్య శిల్ప రీతులు తెనుగు పద్య రచనా రంగమున సుప్రతిష్ఠితములైనవి. రెండవ కవిత్రయము వారి కాలమునకు పద్య శిల్పము పరిపక్వమైనను, తచ్ఛిల్ప మర్మ వేతృత్వము పద్య రచయితలందుగాని రసజ్ఞలోకమునందుగాని తరువాతైనంతగా విస్తృతము కాలేదనిపించును. అనగా ప్రబంధకాలము నాడు ఒక అందమైన పద్యము యొక్క అందమునకు కారణములేవి, ఆ పద్యకర్త ఆ అందమును సాధించుటకు పద్య రచనయందు చేసి చూపిన పనితనమేమి ? అని వివేచన చేయు జిజ్ఞాస ఉన్నంతగా తత్పూర్వకాలమున అనగా రెండవ కవిత్రయము వారి కాలమున ఉన్నట్లు కనుపించదు. ప్రబంధ కవుల కాలమునాడే ఈ దృష్టి ప్రబలమై తత్పూర్వమున్న పద్య శిల్ప రీతులు గ్రహించి వానిని ప్రచురముగా వాడుట, వాటికి మెరుగులు పెట్టుట, నూతన రీతులు కల్పించుట సంభవించినవి. అనేక అందమైన కావ్యములు వెలసినవి ఆ కావ్యములను చూచినచో పద్య

గనుక ఏ సందర్భమునకు ఎట్లు చేసినచో ఆ సందర్భమునకు అది శక్తివంతముగానుండును, అనునట్టి విజ్ఞత సుస్థిరమైపోయినది ఈ ప్రబంధయుగము తరువాత నానావిధ సుప్రతిష్ఠిత పద్య శిల్ప రీతులను పురస్కరించుకొని పద్య శిల్ప శాస్త్రమని ఒక శాస్త్రము ఉదయించవలెను. అన్ని పద్య శిల్ప రీతులను పరిశీలించి ఏ రీతి ఏ సందర్భమునందు మహాకవులచే ప్రయోగింపబడినది దాని ఫలితమేమిటి ? అనగా అట్టి ఫలితము కావలసినచో ఆ సందర్భము వచ్చినప్పుడు ఏ పద్యమును ఎట్లు చెప్పవలెను. అని కొన్ని సూత్రములను, వార్తికములను రూపొందించి, ఆ శాస్త్రము ప్రతిపాదింపవలెను. కాని, తెలుగుదేశపు దురదృష్ట వశాత్తున అట్టి శాస్త్రము రాకముందే పద్యమే పనికిరాదను యుగము వచ్చినది.

ప్రబంధ కవుల పద్య శిల్ప వేత్తృత, పద్య శిల్ప రచనా ప్రవీణత వారికి వారి పూర్వులకున్న సంబంధములు ఎట్టివో పరిశీలించి చూచినచో చాల చిత్రముగ నుండును. ప్రబంధ కవులందరిలోను పద్య శిల్ప వేత్తృత ఎక్కువగా కలవాడు తెనాలి రామకృష్ణుడు. అల్లసాని పెద్దన కూడ ఆయనకు తర్వాతనే వచ్చును. పెద్దనయందు నన్నయ శ్రీనాథులందలి సుందర శబ్ద సంపాదన, ధారాశుద్ధి, తిక్కనయందలి సంభాషణ చమత్కారము మాత్రమే కలవు. పెద్దన పద్యము లెన్ని చూచినను ఈ లక్షణములకు మించి మరేమియు కనుపించవు. కాని, రామకృష్ణుని విషయమట్లుకాదు. ఆయనకు ధారాశుద్ధి ప్రధానము కాదు. ఏ సందర్భమునందు ఏ పద్యము ఎల్లెత్తుకొనవలెను, ఎట్లు నిర్వహించవలెను ఎట్లు ముగించవలెను. అను కేవల శిల్ప దృష్టి

అయినతో రెండు. పూర్వకవుల నుండి పెద్దన తెచ్చుకున్న సామగ్రిని పరిశీలించినచో అవి మూడువంతులు సుందరశబ్ద జాలము, భావములు, కొన్ని సన్నివేశములు, వర్ణనలు. అందు చేత సూక్ష్మదృష్టితో పెద్దనను చూచినచో కావ్యశిల్ప మర్మజ్ఞులకు పెద్దన చాలడు ఆయన కవిత ధారాశుద్ధముగ సాగిపోవును అందమైన సన్నివేశములతో భావములతో శబ్దములతో జలజలవారు సెలయేరువలె ఆహ్లాదమును కల్గించును కాని, రామకృష్ణు డట్లు కాదు. అందమైన భావములు, శబ్దములు, సన్నివేశములు ఈయనయందును ఉండును. కాని పద్యరచన చేయునపుడు ఆయన దృష్టి కేవలము ధారాశుద్ధి మాత్ర నిబద్ధము కాదు. ఎత్తుగడలో, మలుపులో, విరుపులో, ముగింపులో, భావమునకు, సందర్భమునకు వన్నె తేగల పద్ధతి ఏదో దానినన్వేషించి పద్యరచన నడుపును. ఈ ప్రయత్నముచేత రామకృష్ణుని కవితలో ధారాశుద్ధి అప్రధానమై, ఒకానొక చిక్కదనము అధికమై, ఎక్కడికక్కడే ఒక్కొక్క పద్యము దగ్గర ఆగి ఆ శిల్పమును తిలకించవలసిన అక్కర కలుగుచుండును. వసు చరిత్రకారుడు కూడా ఇట్టివాడే కాని, అతడు ధారాశుద్ధి వైపు కూడ మొగ్గుచూపుటచేత అతని శైలియందు పెద్దనకు సన్నిహితమైన ఒకానొక లక్షణము కూడ ఉన్నది. కానీ పాండురంగ కర్త కేవల శిల్పైక దృష్టి గలవాడగుటచేత అతని ధారాశుద్ధి, శిల్పము వెనుక మరుగుపడి పోయినది. ఆ కారణముచేతనే రామకృష్ణునియందున్నన్ని అసంఖ్యేయ పద్య శిల్పరీతులు మరియే ప్రబంధ కవియందును కనపడవు. తాత్పర్యమేమనగా పద్య రచనా శిల్పమునందు రామకృష్ణుడు వెళ్ళినంత లోతుగా పెద్దన

వెళ్ళలేదు. పెద్దనయందు శబ్దసౌందర్యాది బహిర్లక్షణ వ్యామోహము హెచ్చు. రామకృష్ణునియందు అంతర సౌందర్యమునకే ప్రయత్నము.

ఈ చమత్కారమును చూపుచు పెద్దన, రామకృష్ణాదులకు తత్పూర్వ కవులతో ఉన్న సంబంధములు దిఙ్మాత్రముగా వివరింతును పెద్దన ఆకర్షింపబడి గైకొన్న పద్యరీతులన్నియు వెనుక వివరింపబడిన పెద్దన కవితా లక్షణమునకు ఉదాహరణములుగానే ఉండును. "ఘనమైన రారాపు చనుదోయి రాయిడిఁ దుంబీఫలంబు దుంపడుకుచెంద" అను పెద్దన పాదమునకు మాతృక శ్రీనాథునియందలి "ఘనమైన రారాపు చనుదోయిరాయిడి నిరుపేద నడిమికి వెరపు జూప'' అనునది. శ్రీనాథుని ''సిందూర తిలకంబు చెమట చిత్తడిదోగి యళిక భాగంబునం దసలుకొనగ'' అను శ్రీనాథుని పాదమే పెద్దనలో ''చేర్చుక్క గానిడ్డ చిన్ని జాబిల్లిచే సిందూర తిలకమ్ము చెమ్మగిల్ల'' అయినది. ''రేవాతరంగ శీకరసేవా హేవాక పాక శిశిర సముత్ ప్రస్తావ పరికంప్యమాన జటావళి యగుచు నతడు వింధ్య మల్లసచేరన్ (కా. ఖం 188) ఈ పద్యమే మనుచరిత్రలో "ఉల్లల దలకా జలకణ పల్లవిత కదంబ ముకుళ పరిమళ లహరీ హల్లోహల మద బంభర మల్లధ్వను లెసక మెసగ మరుదంకురముల్" అయినది. ఇదే పాండురంగములో "పంపాతరంగ రింఖణ ఝుంపా సంపాత్యమాన జలకణరేఖా సంపాత శీతలా నిల సంపద పొదలించె పరమ శైవోత్తంసున్ (1-126) ఆ ఘట్టమునందే మరొక శ్రీనాథుని పద్యము." దరవికచ వకుళ కురవక పరిమళ సంభారలోల బంభరమాలా

పరిషర్ఝుంకార ధ్వని తెరువరులకు మన్మథ ప్రదీపన మొసగున్," (1-92) ఈ పద్యము పెద్దనలో "మృగమద సౌరభ విభవ ద్విగుణిత ఘనసార సాంద్ర వీటీ గంధ స్థగితేతర పరిమళమై మగువ పొలుపు దెలుపు కొక్కొ మారుత మొలసెన్" శ్రీనాథ, రామకృష్ణ, పెద్దనలందు పై పద్యములు వచ్చిన సందర్భము ఒక్క విధమైనదే. ఋషియో బ్రాహ్మణోత్తముడో ఏవడో ఒకడు మహాపర్వత ప్రదేశము చేరి, అచ్చటి ప్రకృతి రామణీయకమును తిలకించుచుండుట ఈ సందర్భము శ్రీనాథ రామకృష్ణులందు అనగా కాశీఖండ, పాండురంగములందు ఒక్కటిగనే ఉన్నవి. కాశీఖండమున అగస్త్యుడు వెడలి వింధ్యాగర్వభంగము చేయుట. అట్లే పాండురంగమునందును వింధ్యగర్వమణచి పిదప సామిమలకు వెడలుట కలదు. ఈ రెండు గ్రంథములందు ఇట్టి సన్నివేశముతోనే గ్రంథారంభ మైనవి ఇట్టి సందర్భములందు ఒకడొక దానిని (సాధారణముగా పర్వతాది విశిష్ట వస్తువులు) చూచెనని చెప్పుటకు కాంచెన్ గాంచన గర్భ సంభవు డుదగ్రగ్రావ కోటిస్థల చ్చంచన్నిర్ఝర వేణికానివహ సంజాతాబ్ధి సాంగత్యమున్ బంచాస్య స్ఫుట కంఠనాదహత శుంభత్కుంభి దర్పాంధ్యమున్ బ్రాంచద్ధాటక భూమి భృచ్ఛిఖర గర్వావంధ్యమున్ వింధ్యమున్." అను పద్ధతిలో ఉత్పల, చంపక, శార్దూల, మత్తేభములందు ఏదో ఒకటి తీసుకొని నాల్గైదు సమాసము లతో, సమాసాంతములందు అనుప్రాసములు వేయుచు నిర్వహించి సమాసముతోనే ముగించుట, పద్య ప్రారంభము కాంచెన్, చూచెన్, ఇత్యాది క్రియా పదములతో చేయుట,

ఇదీ పద్ధతి ఈ పద్ధతిని ఎవరు ప్రారంభించిరో, శ్రీనాథ జక్కనలనుండి ఇది సర్వసాధారణముగా తెలుగు కావ్యము లందన్నిటి యందు కలదు. మనుచరిత్రలో, "అటసని కాంచె భూమిసురు డంబర చుంబి శిరస్సరజ్ఝరీ పటల ముహుర్ముహుర్లురదభంగ తరంగమృదంగ నిస్స్వన స్ఫుట నటనానుకూల పరిఫుల్ల కలాప కలాపి జాలమున్ కటక చరత్కరేణు కరకంపితసాలము శీత శైలమున్" అని కలదు. అట్లే పాండురంగనియందు "వనితా చూచితె మాల్యవంతము ప్రభావంతంబు నానామణీజనకో దంచిత సానుకాంతము మరుత్సంపూర్ణ చంద్రాననా జనకేళీ పద చంద్రకాంతము నభస్సంబాధ కృత్కూటవర్ధన దుర్దాంతము సర్వ పర్వత కథా ప్రాగ్వర్ణితో దంతమున్"(1-130) అని కలదు. జక్కనలో "లోలతగాంచె నా సుగుణ లోలుడు చారు శిలాగళత్ ఝరీ జాల తటీ ప్రవాల ఘన సత్తరువాటము పార్శ్వతుంగభద్రాలహరీ వినోద విహారజ్జల శీకర నిర్గత శ్రమోద్వేల ఫల ప్రమాణ మతి దీపిత కూటము హేమ కూటమున్ (2-218) అని కలదు కాని, ఈ పద్ధతి శ్రీనాథునికి పూర్వమే బీజాకృతిగ బయలుదేరినది. కేయూర బాహుచరిత్రమునందు (3-304) "కటి బద్ధాంబర ఖండ మృత్పటలికా క్రాంతిస్తనోపాంతికన్ జటిలా పింగళ కేశభారశ్రేణి తోష్ట ద్వంద్వ దీనాననన్ గటక స్థాన పరీతరజ్జు వలయన్ గాత్రస్తమాలీన నుత్కట బాష్పాక్షుడు గాంచె బందుకుడు దుఃఖ వ్యూహినిన్ గేహినిన్." అట్లే నృసింహపురాణమున (2-3) "కనిరుగ్ర గ్రాహన క్రక్రమణ ఘుమ ఘుమాకార కల్లోల డోలా స్వన ప్రద్యోత కేళీ సరభస ఫణభృచ్చారు జూటాగ్ర

జాగ్రద్ఘన రత్నోపదంచితోద్యత్కటు కుటిల మయూఖ చ్ఛటాటోప మిథ్యాగ్ని జనితె ర్వాదంఛ జృంభత్స్ఫులింగ నివహ నిస్తంద్రు రత్నాంకరేంద్రున్" అని కలదు ఈ రెండు ప్రబంధములే కాక ఈ కాలమునకు చెందిన ప్రబంధము లందును ఇంతకంటె విస్తృతాక్షరిలో ఈ పద్ధతి నిర్వహింపబడలేదు. పద్యాంతమును ఒక ప్రత్యేక పదముతో ముగించుట, ఆ ముగించు పదము వంటి పదమును చివర గలిపిన, ఒక సమాసము ను ఆ పద్యాంత పదము నకు ముందు ప్రయోగించుట. ఈ పాటి చిన్నశాబ్దిక చమత్కార మాత్రముగా ఉన్న ఈ పద్య రచనారీతి త్వరలో శ్రీనాథ జక్కనల కాలమున విస్తరించెను.

పెద్దనలోని " ఉగ్రదరీ కుహార సుప్తోత్థ శార్దూలముల్ ఝురవారి శోణిత శంకద్రావ" దీనికి భీమఖండమున (2-35) "గిరి నికుంజములు కుంజర పుంజమును శంక కంఠీరవంబు లుత్కంఠ నెగయ" అను పద్యము మాతృక. కాశీఖండమందలి (2-156) "దురితము లెన్ని చేసితినొ తొల్లిటి జన్మమునందు కాశికాపురమున సర్వజంతువులు భూరివిముక్తులు కొల్లలాడగా హారహార నెత్తి జేతులిడి యఱ్ఱులు కన్నుల నొల్క నిప్పునే గరిచిభయాన తోనిదె పొకాలెద మిన్నులు వడ్డచోటికిన్" అను పద్యమందలి 'మిన్నులువడ్డచోటికిన్, అను ప్రయోగమును, పద్యమందలి భావవైఖరిని పురస్కరించుకొని పెద్దన అట్టి సందర్భమునందే ప్రవరుని చేత", వను నిముసంబుగానక యున్న నూరెల్ల నరయ మజ్జనకు డెంతడలునొక్కొ...అగ్ను లేమయ్యెనొక్కొ నిత్యంబులైన కృత్యముల బాపి దైవంబ కినుక నిట్లు బారవైచితె మిన్నులు పడ్డచోట." అనిపించెను. (2-17) అచ్చట కాశీఖండ

ముగ అగస్త్యుడు కాశిని వీడి వింధ్య పర్వతప్రాంతము చేరుటకై వగచుట.

సాధారణముగా శ్రీనాథుని నుండి పెద్దన శబ్ద సౌందర్య నిధానములైన వానినే గ్రహించెను 'ఉరుదరీ కుహర' వంటి భావ సౌందర్య పద్ధతులు తక్కువగా గ్రహించెను. అంత కంటె తక్కువగా జక్కన నుండి కొన్ని పద్య శిల్ప రీతులు స్వీకరించెను. "ఎక్కడి వాడో యక్ష తనయేందు జయంత వసంత కంతులన్ చక్కదనంబునన్ గెలువ జాలెడు వాడు" అను పెద్దన పద్యమునకు జక్కనలో (1-107) "క్రొన్నన వింటి వాడో నలకూబరుడో నలుడో జయంతుడో ఇన్నర మూర్తి యంచు కొలువెల్లను నచ్చెరు వంది చూడగా" అని మాతృక కలదు. కొంచె మిట్టిదే పినవీరభద్రునిలో (2-81) "ఎక్కడి వాడ వన్న జగతీశ్వర లక్షణలక్షితంబు నీ చక్కని మేను దీర్ఘ భుజ శాఖలు తేజము చర్చ సేయగా నిక్కడి కొంటి వచ్చుటకు నెయ్యదికారణ" మని కలదు. "ఎవ్వతే వీవు భీత హరిణేక్షణ" అను పెద్దన పద్యమునకు కేయూరబాహు చరిత్రలోని ఎవ్వరి దాన వీవు హరిణేక్షణ ఎయ్యది నీకు పేరు (4-21) అను పద్యము మాతృక.

జక్కనలో తృతీయాశ్వాసమందు వేటవర్ణన గలదు పిన వీరభద్రుని శాకుంతలమందలి వేటను అనుసరించి పెద్దన చతుర్థాశ్వాసమున వేటవర్ణన చేసెను. "తదగ్ర ధాన్యముల్ సెలవుల ఫేన ముష్టిపచ జిట్టలతోడనె చప్పరించు నపొప్పెలము వరాహ పోతములు భూవర తొండములేని యేనుగుల్." (4-18) అను

పద్యమందలి 'తొండములేని ఏనుగులు' అను మాటకు మాతృక జక్కనలోని (3-75) "కొండొక వాలమున్ గురుచ కొమ్ములు నున్నవలైన వీనులున్ నిండిన నీలమేఘరుచి నెక్కొను మున్నత దీర్ఘదేహమున్ జండతరాస్య మండలము సర్వభయంకర లీల గ్రాలగా దొండము లేని భద్రకరితో నెనయైన వనీ వరాహమున్" అను పద్యము మూల స్థానము. పినవీరభద్రన వేటను పెద్దన అతి సన్నిహితముగా అనుసరించెను. పెద్దన వేటకుక్కల వర్ణనలో కనుపించు భావములు, శబ్ద జాలములు చూడుడు." మోరలు సాచెసాచెకు నెత్తి బయలు పసివట్టుచు...... నింగి బ్రాకుచు నింగలంబులుమియు నయన గోళంబుల నాఖీలంబై వివృత వదనగహ్వార వి ల ం బి జిహ్వా పల్లవంబులకున్..." "ఘర్ఘుర గళగర్త జనితభూరి భూభృదురు బిల భరిత భౌభౌ భయంకరారభటీ దీర్ణ దిగ్భిత్తులగుచు జెలగె సరివెణలబట్టి తెచ్చిన జాగిలములు." (4-2.7, 31) పినవీరభద్రనలో దీని మాతృక మత్తేభమునందున్నది. "శబరుల్ పట్టెడ త్రాళ్ళబట్టి దిగువం జండోద్ధతిం గిట్టి వట్టి బయల్ద్రివ్వుచు విద్వరాహముల గుండెల్ వ్రయ్య నాకాశముం గబళింపం జనునోజ మోరలెగయంగా నెత్తి గర్జిల్లగా బ్రబలెం గుర్కుర కంఠనాళ కుహరీ భౌభౌ మహారావముల్." (1-109)పినవీరభద్రుని "పులిమల్ల డడవి పోతులరాజు గరుడుండు గాలివేగంబు పందేల పసిడి విష్ణు ప్రసాదంబు వేడిగుం డులుపరి పచ్చిమిరియము వైరి పుష్పకాయు పేటమాణిక్యంబు... జిగుగుండు చిత్రాంగి శ్రీరాముబాణంబు పులిపంజు కస్తూరి బొడ్డుమల్లె అనగ మరియును పెక్కు తోయముల పేళ్ళు దారకలు దేర, వచ్చెనుద్దండ వృత్తి

వేటకుక్కలు మృగరాజ విగ్రహములు వటుకనాథు వాహ్యాళి వాహనములు. (1-105) అను పద్యముచూచి పెద్దన పద్యమైన (4-32) పులియడు బూచిగా డసుర పోతులరా జను మంలి గాడు చెంగలువ శివంగి భైరవుడు కత్తెర సంపగి వెండి గుండుమల్లెం గుది వాయువేగిచిటిలింగడు సాళ్వడు వత్సనాభి ఏకలములమిత్తి గబ్బియనగా గలవాని గ్రహించి యుద్ధతిన్" అను పద్యము చూచినచో పోలికలు గుర్తింపవచ్చును. పినవీర భద్రునిలోని రాజుయొక్క అంగరక్షకులు 'జడలల్లి ముడిచి' వాగడ బొళ్ళెములు దీర్చి" ఇత్యాదిగా వర్ణింపబడిరి. దానికి ప్రత్యామ్నాయముగా పెద్దనలో వేటకేగు రాజును పరివేష్టిం చిన రాజకుమారులు "జడలు మలంచి చొళ్ళెముగ సన్నపు బాగ లడంగజుట్టి" ఇత్యాదిగా వర్ణింపబడిరి. కానీ పెద్దన వేట కంటె ఆయన మాతృక, పినవీరభద్రుని వేట మనోహరముగా ఉండును. పద్యము లెంతో రమణీయముగాను కమ్మగాను ఉండును. కాననేతువుల ముక్తములైన ముత్యాలు ముదిరి పండిన మంచి వెదురుబ్రాలు, దినములో గ్రొత్త యెత్తిన కర్ర జవ్వాది ముక్కులు మురియని మొరళిపప్పు, జంద్రికారుచి బొల్చు చమర వాలంబులు బొందుగ గాచిన పూతివడుపు అలతి దంతంపుగామల పీలి సురటులు సోదించి వడిచిన జుంటితేనె... నాధిగా దెచ్చి పతి కుపాయనము లిచ్చి—పెద్దనలోని "ప్రాంచ ద్భూషణ బాహు మూల రుచి"కి మూలము జక్కనాదులందు న్నది. "జిగి దొలంకుచు నున్న బిగి చన్నుగవ క్రేవ కరమూల రోచులు కలయబొలయ" (7-36) మంచనలో (4-18) "కర మూలంబున నించుబొంచు లిడికాంతుం గ్రోలు గప్పారు

ముంగురు లర్థిన్ గబళించు వాతెర మెరుంగు ల్దొద్దలాడన్" అని కలదు పాండురంగడు ప్రవిత కరమూలవులల యొప్పు ప్రుచ్చిలించి యీకయుండిన నొక్కొక నాళికబవుడు ఫణిగణం బుల దర్భోగ పద్మరాగ యోగమున లాలు మోయించుచున్న వాడు"(3-188) అనెను.

పెద్దన శ్రీనాదునికంటె ఎక్కువగా పినవీరభద్రుని సర్వథా అనుసరించెను. "అంకముజేరి శైల తనయా స్తన దుగ్ధము లానువేళ" అను పెద్దన పద్యము పినవీరన వ్రాసిన (1-4) "జననీ స్తన్యము గ్రోలుచున్ జరణ కంజాతంబునన్ గింకిణీ స్వన మింపారగ దల్లి మేన మృదులస్పర్శంబుగా దొండ మల్లన యాడించుచు జొక్కు విఘ్నపతి యుల్లాసంబుతో మంత్రి వెన్ననికిన్ మన్నన పొంపు మీర నొసగుం భద్రంబు లెల్లప్పుడున్" అను పద్యముతో జోడించి చదువవలెను. పిన వీరన "తల్లిమేన తొండ మల్లన ఆడించుచు" అని సాధారణ ముగా చెప్పిన మాటను, పెద్దన వ్యంగ్య శోభితముచేసి "అవ్వలి చన్గబళింపబోయి అవంక కుచంబు గాన కహి వల్లభ హారము గాంచి" అని అందముగా చమత్కరించెను.

"గిరిజావిభుండుముంగిటిపెన్నిధానంబు. కృత్తివాసుండు తంగేటి జున్ను, గోరాజ గమనుండు గుజ్జు మామిడిపండు, కుసుమాస్త్రహరుడు ముంగొంగు పసిడి, శీతాంశుధరుడు అర చేతి మాణిక్యంబు" (4-4) ఇత్యాది పినవీరభద్రన పద్యము గైకొని పెద్దన "కెలకుల నున్న తంగేటి జున్ను గృహమేధి యజమాను డంక స్థితార్థపేటి, పండిన పెరటి కల్పకము వా స్త

వ్యుండు, దొడ్డి వెట్టిన వేల్పు గిడ్డి కాపు" ఇత్యాది పద్యము చెప్పెను.

పాండురంగకవి పద్య శిల్పమును నిర్వహించినంత ప్రౌఢముగా ప్రబంధకవులందు మరొకడు నిర్వహించలేదు. "చెఱువు లేటికి రేల శిశిరాంశు కరముల గరగు చంద్రోపల గిరులు గలుగ కల్పవృక్షంబులు గలుగంగ నేటికి విబుధులకై తంతు వాయ సమితి (3-202 కా ఖం) ఇత్యాది శ్రీనాథుని పద్యమును మెఱుగు పెట్టి పాండురంగకవి "కలుగకుండిన నేమి కడిమి వృక్షాల తావి ననిచిన మరువ మెంతటికి వోపు దొదవకుండిన నేమి మదకేకి నటనంబు చాలదె అంచల సంభ్రమంబు" (4-42) మొదలైన పద్యమును చెప్పెను" పుడమిపై నడనేర్చి అడుగు పెట్టిన నాడె ధర్మంబు నాల్గు పాదముల నిలిపె, జిలిబిలి పలుకులు పలుకనేర్చిన నాడె సత్య భాషా హరిశ్చంద్రుడాయె" (1-41) అను పాండురంగ పద్యమునకు జక్కనలో "అడుగెత్తి అల్లన నడువ నేర్చిననాడె ననిచి ధర్మము త్రోవ నడువనేర్చె, లలి తొక్కు పల్కులు పలుకనేర్చిన నాడె పరికించి సత్యంబు పలుకనేర్చె. "(1-49) అని కలదు. ఇట్టిదే శాకుంతలమున ప్రథమాశ్వాసమున(1-55) కూర్చుండు వయసున కూర్చుండ నేర్చెను ననుదిన త్యాగసింహాసనమున, గొంకక నడనేర్చుకొను చుండి నడనేర్చె దప్పక వేదోక్త ధర్మ సరణి, మాటలాడగ నేర్చు నాటనుండియు నేర్చె బలుకంగ హితసత్య భాషణములు" అని కలదు. మరొకటి— శాకుంతలమున (4-66) దౌష్యంతి వర్ణన ఘట్టమున "సింహాసనంబున జేరి రాజును గొల్వనుండు చందమున గూర్చుండ నేర్చె, ధర్మంబు నాల్గుపాదంబుల నడి

పింతునను విధంబున నడిచాడనేర్చె," ఇత్యాది కలదు. "ఉష్ణాని హోమాగ్ని నూద నొల్లడుగాని విరహ జ్వరార్తుడై వెచ్చ నూర్చు, సంధ్యకు ప్రార్థనాంజలి ఘటింపడుగాని ఎరగు నీర్ష్యా కషాయితలకర్ధి'' (3-12) అను పాండురంగ పద్యమునకు జక్కనలో "ఆత్మావ నీ మండలాసక్తి బెడబాపి లలనానితంబ మండలము బోదవు'' మొదలైన పద్యము కలదు. ఒక సత్కార్యమును వదలి ఒక అసత్కార్యముచే ఆకర్షింపబడుటను గూర్చి ఇట్లు చమత్కరించి చెప్పుట ఇందలి సొగసు. శ్రీనాథుని గుణనిధి కథలో ఇట్టి రీతి పద్యము కలగు. సందర్భమును ఇట్టిదే (4-81 కాఖం) "బ్రాహ్మణాచారంబు పరిహాసకముచేయు అగ్నిహోత్ర విధానమన్న నలుగు, సంధ్యాది వందన శ్రద్ధ యుజ్జన చేయు గీత వాద్య వినోద కేళిదగుట" దీనిలో ఒకటి వదలి మరొకటి పరిగ్రహించు చమత్కారము లేదు ఆ చమత్కారము తరువాతి వారైన జక్కన పాండురంగాదులు చూపించినది శ్రీనాథుని పద్యము వంటిదే, విషయమున కూడ జక్కన పద్యమునకు సన్నిహితమైనది; మంచనలో కలదు. "అంగనా కుచ మండ లాసక్తుమై బుద్ధి భూమండలము దెస బోవదయ్యె ..."(1-70) "పొగలేని ముర్మురంబులు మగువల పాలిండ్లు భోగమహనీయంబుల్ (4-9) అను పాండురంగకవి పద్యవాదము అతురాలా అట్లే శ్రీనాథుని క్రీడాభిరామమున కలదు. రామకష్ణుని చాటువుగా ప్రసిద్ధికెక్కిన, శర సంధాన బలతుమాది వివిధైశ్వర్యంబులన్ గల్గి దుర్భర షండత్వ బిలప్రవేశ చలన బ్రహ్మాఘ్నతల్మానినన్ నరసింహాతితి మండలేశ్వరుల నెన్నన్ వచ్చు నీ సాటిగా నరసింహాతితి మండలేశ్వరుని కృష్ణా రాజ

కంఠీరవా" అను పద్యమునకు భావబీజమున మాతృక యనదగి నది విక్రమార్క చరిత్రలో (3-1) "వేయి మోములవాడు విష ముక్తుడైనను ప్రతియగు నీకు ధరాధరణశక్తి, వేయి కన్నుల వాడు విమల వర్తనుడైన పరమగు వైభవ స్ఫురణ నీకు, వేయి చేతులవాడు విగ్రహ వ్యధ నొందకున్న దేశమున నిర్వాహరయు వాడు" మొదలైన పద్యము కలదు. ఇచ్చట ఒక దోషము లేక పోయినచో ఒక వస్తువు తనయందున్న గుణముచేత మరొక దానికి సాటియగునని చెప్పుటలో దోషముండుటచేత సాటి కాదని చమత్కారము. ఈసందర్భమున ఉపమానమునకై ఆది శేషుడు, మొదలైన ప్రసిద్ధ వస్తువులను తీసికొని అందు దోష మెత్తి చూపి గుణమున్నను సాటిగాదని చెప్పుటచే చమత్కార మిసుమడించుట గుర్తించవలెను ఒక విశేషము- శ్రీనాథుని వలెనే రామకృష్ణుడు కావ్యరచనకు స్కాంద పురాణమందలి భాగములు గైకొనెను. పాండురంగ మహాత్మ్యము కాశీఖండము వలనే కాశికాపుర వర్ణనతో ప్రారంభించును. తర్వాత రెంటి యందు అగస్త్యుడు కాశి వదలిపోవుట, వింధ్య గర్వభంగము మొదలైనవి ప్రస్తావింపబడును. పాండురంగమున వింధ్య గర్వ భంగము క్లుప్తము. కాశీఖండము వివిధ వృత్తాంతములను తీర్థ క్షేత్ర మాహాత్మ్యముల రూపమున వర్ణించినట్లే పాండురంగము నందును కలదు. అందలి గుణనిధి కథ ఇందు నిగమ శర్మోపా ఖ్యానము. చతుర్థాశ్వాసమున గల రాధిక తపస్సందర్భమందలి రాధిక వర్ణన నైషధమందలి దమయంతి పద్యములను పోలి యుండును. ఈసందర్భమున అచ్చట ఇచ్చట గీత పద్యములు ఆశ్రయింపబడినవి.

తెలుగుపద్యము ఒక అందాల వెన్నెల సరస్సైనచో ఈ మహాకవు లందరును అందోలలాడు చకోరికలు. సాంద్రచంద్రికను పెద్దన "చూపరకు నిండు బింబంబిది గ్రహమ్ము లివి అనునంతరములేకుండ ఏకవర్ణంబుగావించి సేవించు చకోర కదంబముల పుక్కిళ్ళకు వెక్కసంబై ముక్కులకు నెక్కిచిక్కంబడి" (3–28) అని వర్ణించెను. చకోరములు వెన్నెల విందులారగించుటను ఈ కవి చకోరములు తత్పూర్వమునుండి వర్ణించుట కలదు. పినవీరన శాకుంతలమున (3-160) ఎరకలు దిద్ది, కంధరము లెత్తి మొగింజరలాట మున్నుగా బరచుచు లేత వెన్నెలలు పారణ చేయుచు మించి చంచులన్ నరికిన దోనపుట్టు కిరణంపు గొనల్గొన మోము మోముతో నిరియుచు జేర్చి ప్రేయసులకిచ్చుచు నాడె దివిం జకోరముల్" అని వర్ణించెను. కొరవి గోపరాజు వెన్నెల విందును వర్ణించుట--"తొలితొలి లేత వెన్నెల నార మ్రింగుచు దనియ బిల్లల నోళ్ళ జొనిపి చొనిపి, ముదురు వెన్నెల బట్టి చదియంగ నమలుచు మెచ్చుచు బిల్లల కిచ్చియిచ్చి, పండు వెన్నెల దేట పలుమారు నొక్కుచు గమిగూడి అందంద కమిచి కమిచి, వెలినారసాగెడు వెన్నెల కాడల ద్రొక్కి ముక్కున ద్రెంచి బొక్కిబొక్కి చొక్కి తత్ప్రవాహములోన సోలిసోలి, అడ్డ మీదుచు గడ్డపై నాగియాగి ఎనసి బలగముతో గూడి మునిగిమునిగి, కోరికలు మూరి బుచ్చె చకోరచయము." (సింహాసన ద్వాత్రింశిక, ప్రథమభాగము (4-114). గోపరాజు పినవీరనకు తర్వాతివాడు. "అనఘు హుళక్కి భాస్కరు మహామతి బిల్లల మద్రి వీరరాజును ఘనునాగరాజు గవి సోముని దిక్కన సోమయాజి......"(1-12) అని గోపరాజు తన

కావ్యపీఠికలో చెప్పెను. వీరందరికి పూర్వుడైన జక్కన ఈ వెన్నెల విందుకు మూలముగా తోచును. జక్కన— "పసగల వెన్నెల మిసిమి పుక్కిటబట్టి పాసగ బిల్లల నోళ్ళ బోసి పోసి, నున్నని క్రియ్యన్క వెన్నెల తుంపరల్ హంసమ్మని చెలులపై యుమిసి యుమిసి కమ్మల వెన్నెల కడుపునిండగ గ్రోలి తెలివెక్కి గర్రన త్రేన్చి త్రేన్చి, కన్నిచ్చ లకు వచ్చు వెన్నెల క్రొన్నురు చేరి నేబ్రియురాండ్ర కిచ్చి ఇచ్చి, తరచు వెన్నెల గుంపుల దారి తారి, ఈరమగు వెన్నెల లోన పారి తూరి, పలుచసగు వెన్నెలలలోన బారి పారి, మెలగె జక్కచకోరంపు బులుగుగిములు" (6-72) గోపరాజు పద్యము జక్కన పద్యమున కతి సన్నిహితముగా నున్నది. వీరందరికంటె ముక్కుతిమ్మన వెన్నెలవిందును సరసముగా వర్ణించెను" విరహుల మైసోకి వేడియౌ వెన్నెల బచ్చి వెన్నెల నులివెచ్చ జేసి, కలువ పుప్పొళ్ళచే గసటైన వెన్నెల వలిపె వెన్నెలలోన వడిచి తేర్చి, చంద్రకాంతపునీట జాలైన వెన్నెల ముదురు వెన్నెల జుర్ర బదనుచేసి, సతుల మైఘ్రాతం బిసాళించు వెన్నెల దనుపు వెన్నెల రసాయనము గూర్చి. చిగురు విలుకాని జాతర సేయ బూని, కొలము సాముల నందర గూడబెట్టి వంతు గలయంగ బువ్వంపు బంతి విందు పెట్టి రెలమి చకోరపు పేరటాండ్రు" (2-49).

శివ కవులు : హరిహర కవులు

ఇది తిక్కన సోమయాజిని గురించి కాదు. ఇది వీర శైవాన్ని గురించి, హరిహరాద్వైతాన్ని గురించి, శివకవుల్ని గురించి, హరిహర కవుల్ని గురించి, తదుద్యమ కర్తృత్వం వహించిన మహాపురుషుల్ని గురించి—

శైవం అతి ప్రాచీనమైనా, వీరశైవం 12 వ శతాబ్దంలో దక్షిణ దేశమంతటా ఝంఝూమారుతంగా వ్యాపించింది. కన్నడదేశం ఆ ఉద్యమానికి కేంద్రస్థానం. బసవేశ్వరుడు దానికి అవతరించిన కర్త. వీరశైవం జైన బౌద్ధాది అవైదిక మతాలను, అద్వైతమతాన్ని దేశమంతటా ఉన్మూలించింది. మల్లికార్జున పండితాది నిష్ఠాగరిష్ఠులైన బ్రాహ్మణులనుంచి అంత్యజుల వరకు యావత్ ప్రజానీకమూ వీరశైవాన్ని స్వీకరించారు. రావిపాటి త్రిపురాంతకుడు, యథావాక్కుల అన్నమయ్య. పాల్కురికి సోమనాథుడు యిత్యాది కవులు అవలంబించారు ప్రతాపరుద్రాది చక్రవర్తులు శిరసావహించారు. అంటే అది వీరశైవ మతవ్యాప్తి సంపూర్ణమైన కాలమన్నమాట అద్వైతాద్యన్య మతాలకు నిలువనీడలేని కాలమన్న మాట. 12 వ శతాబ్దం అంతా వీరశైవం జాజ్వల్యమానంగా వెలిగిపోయింది. అయితే మళ్ళీ 13 వ శతాబ్దంలో మనకు తెనుగుదేశంలో వైదికమత విజృంభణ, వీరశైవమత చ్యుతి కనుపిస్తుంది. ఆ తర్వాత నేటిదాకా వీరశైవం నామ మాత్రావశిష్టం అయిపోయింది.

అయితే అంత ఉచ్చదశకు పోయిన వీరశైవం వంద సంవత్సరాల్లో నశించిందని. ఆ తర్వాత మళ్ళ వైదికమతం కొనసాగించినీ చరిత్రలో కనిపిస్తుందేగాని ఎందుచేత ఆ పరిణామం వచ్చిందో దానికి కర్త ఎవరో వివరించదు. దేశమంతటా వెల్లివిరిసిన ఒక మతం అంతరించి పోవడమూ మహోన్నతం కావడమూ చరిత్రలో సామాన్య సంఘటనా? రాజకీయ సంఘటనలకే విలువ యివ్వడం సంప్రదాయమైన చరిత్ర పేజీల్లో దీనిక స్థానం లభించలేదు.

అద్వైత పునః ప్రతిష్ఠాపనకు కర్త లెవరు అని చూస్తే ఇద్దరే కనిపిస్తున్నారు— తిక్కన సోమయాజి, విద్యారణ్య స్వామి. లోకానికి తెలిసి మరెవరున్నారు? ఆంధ్ర కర్ణాట దేశాల్లో వారిద్దరిస్థానం అద్వితీయం.

తిక్కన సోమయాజి మహాకవి మాత్రుడుగా చూడబడటం అనే పొరపాటు పరిపాటి అయింది; ఆయన ఒక మహాపురుషుడు. అద్వైతం తెలుగు దేశానికి ఆయన పెట్టిన భిక్ష. యావద్భారతదేశంలోనూ శంకరుడు అద్వైతాన్ని అతః పూర్వమే స్థాపించాడు. కానీ దక్షిణ దేశంలో వీరశైవం దాన్ని పొట్టనబెట్టుకున్న తర్వాత కన్నడదేశంలో విద్యారణ్య స్వామి. తెలుగుదేశంలో తిక్కన సోమయాజీ పూనుకొని అద్వైతాన్ని పునః ప్రతిష్ఠించారు. అయితే ఈనాడు విద్యారణ్యుడ్ని మహమ్మదీయ ప్రతిఘటనార్థం స్థాపించిన విజయనగరసామ్రాజ్య కర్తగానో, మంత్రిగానో భావించడమూ, తిక్కన సోమయాజిని మనుమసిద్ధి మంత్రిగానో భారతకర్తగానో భావించడమూ జరుగుతూఉంది అది పూర్ణ సత్యంకాదు.

గ్రంథ సామగ్రికి, చారిత్రక విషయాలకు సవ్యంగా విలువకడితే తిక్కన సోమయాజిస్థానం శంకరాది ఆచార్య పురుషపరంపరకు చెందినదిగా ద్యోతకం అవుతుంది. రెండు మూడు శతాబ్దాల పర్యంతం కవులు ఆయన గీచిన గీటు దాటలేదు హరిహరనాథ తత్త్వంలోగానీ వ్యవహార భాషావలంబనలోగానీ కేతన. మారన, ఎర్రన, నాచన సోమనాధుడు. కొరవి గోపరాజు, బైచరాజు, వెంకటనాధుడు యిత్యాది కవులు తిక్కన సోమయాజిని అక్షరాలా అనుసరించారు. శ్రీనాధుని కాలంనుంచీ తత్సమ పద బహుళమైన నన్నయ శైలి ప్రబలమైనప్పటికి ఆంధ్రసాహిత్యంలో తిక్కన మహనీయత శాశ్వతంగా నిలిచిపోయింది. ఇప్పటికి నెల్లూరు మండలంలో కవిత్వం అభ్యసించేవారు, తిక్కన విరాటపర్వం వల్లిస్తూ ఉంటారు. ఇది కవి లోకంలో మాట. జనశ్రుతితోపాటు సోమదేవరాజీయము సిద్దేశ్వర చరిత్రము తిక్కనకు రాజలోకంలో ఉన్న స్థానాన్ని విశదీకరిస్తాయి. ఆంధ్రమహీమండలం మూడు వంతులు పైగా ఏకభోగంగా ఏలిన గణపతిదేవ చక్రవర్తి తన దర్శనార్థం వచ్చిన తిక్కన సోమయాజిని సపరివారంగా ఊరి పొలిమేర దగ్గరే కలుసుకుని స్వాగతం చెప్పి తీసుకు వచ్చి సకల సత్కారాలుచేసి కొన్నాళ్ళు తన ఆస్థానంలో ఉంచుకుని గురుపీఠ మిచ్చి ఆయన వలన భారతార్థాలు విని అగ్రహారాలు యిచ్చి పూజించాడట. తిక్కన కోరికను శిరసావహించి సైన్యసమేతంగా నెల్లూరు మండలం వెళ్ళి అక్కన బయ్యనలను పారద్రోలి వారు స్వాధీనపరచుకున్న రాజ్యాన్ని తిరిగి మనుమసిద్ధికి ఇచ్చాడట. ఒక సార్వభౌముడు ఇంతపని

చేశాడంటే తిక్కనను కేవలం ఒక మహాకవిమాత్రుడ్నిగా చూచేనా ? మహాకవి అయితే అందలమెక్కించవచ్చు, అగ్రహారాలివ్వవచ్చు. మదకరీంద్రముపీద కేలూత యొసగి ఎక్కించుకోవచ్చు. కానీ సైన్యాలతో వెళ్ళి యుద్ధాలు చేస్తారా! ఆధునిక చరిత్రకారులు ఏవో కృత్రిమ కారణాలు చెప్తుతారు గానీ అవి సహజ సిద్ధం కావు. పాశ్చాత్య శేముషీమతి ప్రసక్తమయితే, తిక్కన స్థానం మహాకవి శబ్దానికి అతీతం, కాకతీయ సార్వభౌముడే ఇంత వినమ్రుడయితే తిక్కనకు తదితర రాజలోకం ఎంత విధేయులో ఊహించవచ్చు. ఒకప్పుడు యూరపులో పోపుకు ఎట్లాంటి స్థానం ఉండేదో అట్లాంటిదే తిక్కన స్థానం అని తాత్పర్యం. ఈ విధంగా కవులు, చక్రవర్తులు కొలిచిన మహాపురుషుడ్ని ప్రజలు దేవుడుగా పూజించి వుంటారని నిశ్శంకగా చెప్పవచ్చును.

తెలుగుదేశంలో తిక్కనకు యింత అద్వితీయమైన అగ్రస్థానం రావడానికి హేతువేది ?

తిక్కన మహనీయమూర్తిని స్మరిస్తే వెంటనే గోచరించేవి మూడు విషయాలు—1. హరిహరనాథుడు, 2. తెలుగు భాష, 3. తెలుగు పద్యం. ఈ మూడు పరికరాల ద్వారా ఆయన తెలుగు దేశంలో వీరశైవ నిహతమైన అద్వైత మతాన్ని పునః ప్రతిష్ఠితం చేశాడు. అందుచేత సాహిత్యం ఆయనకు సాధన మాత్రమే.

రమ్యమైన భావాలు రమ్యమైన శబ్దాలతో చెపుతూ అందులో అర్థాలంకారాలు శబ్దాలంకారాలు, గుణములు,

రీతులు యిత్యాది విషయాలు చూచుకుంటూ మురిసిపోతూ ఉండడం మామూలు కవుల లక్షణం. వారి ఆశయం అంతవరకే. కానీ, కొందరు కవులు ఆమాత్రంతో తృప్తిపడరు. వారి ఆత్మ, ఎంత బృహత్తరం అంటే అది కేవలం సాహిత్య పరిధులకు పరిమితంగాక ఆ హద్దులు అతిక్రమించి దేశమంతటా విస్తరించి విజృంభించి ఒక విశ్వరూపం ధరిస్తుంది వారు సాహిత్య లోకంలో కారణజన్ములు. సాహిత్యలంపటులు గారు, ఒకానొక పరమార్ధ సాధనకోసం చేపట్టిన సాధనం మాత్రమే వారికి సాహిత్యం. సంస్కృతంలో వ్యాసవాల్మీకి శంకరులు, తెలుగులో పాల్కురికి సోమనాథుడు, తిక్కన, పోతన అట్లా కనిపిస్తారు. కల్లోల సముద్రంలో మునిగిపోతున్న భూచక్రాన్ని ఉద్ధరించడానికి ఆదివరాహం తన కోరను వాడినట్లుగా ఈ మహానుభావులంతా లోక సముద్ధరణకోసం సాహిత్యాన్ని ఒక పటిష్ఠ సాధనంగా వాడారు. ఆది శంకరుల వాఙ్మయం ఎంత జగన్మోహనంగా ఉంటుంది ఆయన్ని మహాకవి అంటామా ? ఆచార్యు డంటాము. వ్యాస వాల్మీకుల రచనలు ఎంత లోకోత్తర కావ్యసంపద ! కానీ వారిని మహాకవు లనము, మహర్షులంటాము. తిక్కన సోమయాజి విషయం కూడా అంతే. ఇదే నేను ప్రధానంగా చెప్పదలచుకున్నది. అసలు తిక్కన పాత్ర ఆంధ్రచరిత్రలో పునర్నిర్ణయింపబడాలి.

మన సాహిత్యవేత్తలు ఆయన్ని కవిమాత్రుడుగా పరిగణించడంచేత నన్నయతో పోల్చి ఆయనకు విలువ కడతారు కానీ అది పొరపాటని నామనవి ఆయన్ని సోమనాథుడితో పోల్చి విలువ కట్టాలి. ఎందుచేతనంటే పాల్కురికి

సోమనాథుడు ఏ ఉద్యమాన్ని ప్రచారం చేయడానికి అవతరించాడో, దేనికోసం సాహిత్యాన్ని చేపట్టాడో ఆ ఉద్యమాన్ని హతం చేయడానికి తిక్కన అవతరించాడు దానికోసం సాహిత్యం చేపట్టాడు వీరశైవమూ, హరిహరాద్వైతమూ రెండూ వైదికమతాలే. రెండూ వేదాన్ని ప్రమాణంగా అంగీకరిస్తాయి. కానీ రెండూ పరస్పర విధ్వంస యత్నం చేశాయి. పాల్కురికి సోమనాథుడు పరశురామావతారమైతే తిక్కన సోమయాజి శ్రీరామావతారం.

అయితే, నన్నయభట్టును "అందాదిదొడంగి మూడు కృతు లాంధ్ర కవిత్వ విశారదుండు విద్యాదయితుండు" అన్నాడుగదా తిక్కన, భారత రచన అక్కడ్నించే చేశాడు గదా, ఆయన కోవలో వెళ్ళినవాడ్ని ఆయనతోగాక పాల్కురికితో పోల్చడమేమిటి అనవచ్చును. కానీ ఈ విషయం సునిశితంగా పరిశీలించాలి. నన్నయను గురించి క్లుప్తంగానే చెప్పాడు. తన కథ ఎక్కువగా చెప్పుకున్నాడు తిక్కన. భారత వేద మతానికి జీవగర్ర కనుక తిక్కనకూడా నన్నయ లాగే భారతాన్ని ఆశ్రయించాడు. కానీ భారత రచన సందర్భంలో నన్నయ కారణం వేరు. తిక్కన కారణం వేరు నన్నయ ఆనాడు కర్మమార్గ ప్రతిపాదికమైన వేదమతాన్ని పోషించడానికి భారతం వ్రాస్తే తిక్కన ఆనాడు ప్రజోపద్రవకరమైన వీరశైవాన్ని అణచివేసి అద్వైత మత ప్రతిష్ఠాపన చేయడానికి భారత రచన చేపట్టాడు. అందుచేతనే నన్నయ "తే వేదత్రయమూర్తయః'' అని త్రిమూర్తిస్తోత్రం చేస్తే, తిక్కన హరిహరాద్వైత ప్రతిపాదకమైన పరతత్త్వస్తుతిచేశాడు.

అందుచేత తిక్కన సోమయాజిని నన్నయభట్టుతో గాక పాల్కురికితో పోల్చడం సమంజసంగా ఉంటుంది. పైగా పాల్కురికితో ప్రతిస్పర్థించే తిక్కన భారతాన్ని వ్రాశాడని నా ఊహ.

పాల్కురికి సోమధునాడు తిక్కన సోమయాజుల సంఘర్షణ రెండు ఉద్యమాల సంఘర్షణ ఎట్లాగంటే—

బసవేశ్వరుడు కర్తగా కర్నాటకదేశం కేంద్రంగా 12వ శతాబ్ది మధ్యంలో ఉద్భవించిన వీరశైవమతం మహమ్మదీయ మతంలాగా దౌర్జన్య పద్ధతి నవలంబించి వ్యాపింపజూచింది. దాని సిద్ధాంతం శివజీవైక్య ప్రతిపాదకం. కొంతవరకూ రామానుజాచార్యులవారి విశిష్టాద్వైతాన్ని అనుసరిస్తూ మోక్షదశలోమాత్రం శివజీవైక్యాన్ని ప్రతిపాదిస్తుంది. చరిత్రను జాగ్రత్తగా పరిశీలిస్తే ఇది భక్తిమార్గ ప్రధానంగా దేశంలో మొదటిసారిగా బయలుదేరిన వైష్ణవమతానికి ప్రతిధ్వనిగా వచ్చిందే కానీ అన్యము కాదు కొందరు అతి బుద్ధి ప్రగల్భులు స్వప్రయోజనార్థం మూఢమని వారు చెప్పే వైదిక మతాచారాలను ద్వేషించి అన్యాశ్రయంకోసం అలమటిస్తున్న ప్రజానీకం కోసం వీరశైవం వచ్చిందని చెపుతారు. అంటే హింసాత్మకమైన యజ్ఞ యాగాదులను నిరసించి బౌద్ధం బయలుదేరినట్లని కూడా వారు ఉపమానం తెస్తారు. ఈ ప్రయత్నం చరిత్రగతికి అపార్థం చెప్పడమే. వైష్ణవమతం భక్తిమార్గంతో ప్రజల నాకర్షించి వ్యాప్తిచెందుతూ ఉండగా దానికి "రియాక్షన్"గా వీరశైవం వచ్చింది. వీరశైవానికి

"రియాక్షన్"గా హరిహరాద్వైతం వచ్చింది. అది చరిత్ర. తొలుత శంకరానంతరం దేశంలో ఉన్నది అద్వైతమే. అద్వైతం భక్తిమార్గరహితం గనుక భక్తిమార్గ సహితమైన వైష్ణవం ప్రజాకర్షకమై ప్రబలం కాగలిగింది.

వీరశైవ సిద్ధాంతం ఎట్లావున్నా బసవడి చేతులలో అది అతివాదంగా పరిణమించింది. సాధుమార్గం ఉజ్జగించి దౌర్జన్యరూపం ధరించింది. సోమనాథుడి గ్రంథాల్లో బహుళంగా కనుపించే ప్రకారం ప్రధానంగా దానిలక్షణాలు చెపుతాను: ఒకటి—బ్రాహ్మణనింద. "మాల కుక్కలు," అని, వేదభరాక్రాంతు లనగబడిన బ్రాహ్మణ గార్ధభంబుల తోడ" అని, "కొండెంబు చెప్పు నా కుక్కల జెండి, నాలుకల్ గోసి సున్నము సాలబూసి, పోలవేచిన యిస్మ పోయింతు నోళ్ళ" అని. "శివునిమీద కొకడు గలడన్న నాయరకాలెత్తి వాని నడుదల దన్నుదు" అని నానావిధాలుగా నిందిస్తాడు. ఈ బ్రాహ్మణనింద కులద్వేషంచేత చేసిందని ఆధునికుల కొందరి భ్రాంతి. అదికాదు వాస్తవము. ఆనాటి బ్రాహ్మణులు అద్వైతులు. అందుచేత బ్రాహ్మణనింద అద్వైతనింద అని తెలుసుకోవాలి. బ్రాహ్మణనింద కులద్వేష ప్రేరితమే అయితే వీరశైవుల్లో చాతుర్వర్ణ్య వ్యవస్థ ఉండేదేకాదు. కాని వీరశైవుల్లో వర్ణాశ్రమ ధర్మాలు ఉండేవి. వీరశైవుల్లో మూల పురుషులై పండితత్రయమని ప్రసిద్ధిపొందిన శ్రీపతి పండితుడు, పండితారాధ్యుడు, శివలెంక మంచన్న నిష్ఠాగరిష్ఠులైన బ్రాహ్మణులు. అందుచేత వీరశైవులు బ్రాహ్మణనింద కులద్వేష ప్రేరితమనే వాదం ఆధునికుల భ్రాంతి.

రెండవది సూటిగా చేయబడిన అద్వైతనింద—ఇది అతి ప్రధానం. ఆనాడు వైజ్ఞానికి వర్గంలో ఏకైక సిద్ధాంతంగా ప్రామాణిక స్థానం పొంది సుప్రతిష్ఠితమై ఉన్నమతాన్ని ధ్వంసం చేయడానికి పూనుకొని చేసిన నింద అద్వైతనింద. "శివకేశవుల కైక్య మన్నాడు అంత్యజుడు" అని, "శివునకు విష్ణునకు నభేదంబుపల్కు నజ్ఞానియ పతితుండు" అని వివిధరీతులుగా నింద జరిగింది. మూడవ లక్షణం—మతవ్యాప్తి కోసం ఖడ్గధారణ. బసవ పురాణంలో బసవేశ్వరుడి వివాహాలంకరణ—

"పోలగరుద్రాక్ష భూషలుదాల్చి, సారమై లింగప సాయింతంబనెడి పేరను గల్గు కంఠారంబు గట్టి", అని వర్ణిస్తాడు. రెండు లక్షలకు పైగా ఖడ్గధారులైన వీరమాహేశ్వరులు కళ్యాణకటకంలో మతంకోసం సర్వదా సిద్ధంగా ఉండేవారట వీరశైవులు దొంగతనం చేసినా హత్యలు చేసినా వారికి పాపమంటదట. ఇట్లాంటి దౌర్జన్య పద్ధతితో అన్య మతస్థులను తెగటార్చి లింగపసాయితమనే ఖడ్గంతో మతవ్యాప్తి సాధించారు. కొన్ని శతాబ్దాల తపః ఫలితంగా మహర్షులు సాధించి లోకానికిచ్చిన అద్వైత భాండాన్ని విచ్ఛిన్నం చేశారు. ప్రజల్లో రాగద్వేషాలు రెచ్చగొట్టారు. ప్రశాంతవాతావరణం అంతరించి ఒకానొక ప్రళయాంధకార ధూమం దేశాన్ని ఆవరించింది. ఆ సమయాన ఈ మహావిపత్తు నుంచి లోకాన్ని రక్షించడానికి అటు కన్నడదేశంలో విద్యారణ్యస్వామి ఇటు తెనుగు దేశంలో తిక్కన సోమయాజి

వూనుకున్నారు. ఇద్దరి మహనీయతా సమానస్కంధంలో ఉంటుంది.

ఇద్దరూ రాజ్యప్రతిష్ఠాపకులే. విద్యారణ్యుడు విజయ నగర ప్రతిష్ఠాపకుడయితే తిక్కన మనుమసిద్ధి రాజ్యప్రతిష్ఠా పకుడు ఇద్దరూ మంత్రి పదవి నిర్వహించినవారే. ఇద్దరూ అద్వైత మతోద్ధారకులే విద్యారణ్యుడు "సర్వజ్ఞ స్సహి మాధవః" అని ప్రశస్తి పొందాడు, తిక్కనకూడా సర్వజ్ఞుడే, కవి బ్రహ్మ, పరమత ఖండన ప్రజ్ఞాధురీణుడు. గణపతిదేవ చక్రవర్తి సభలో అన్య మతస్థులతో వాదోపవాదాలు చేసి వారిని ఓడించి అద్వైతాన్ని స్థాపించాడు. ఈ పని పూర్వం శంకరుడే చేశాడు అంటే అద్వైతమత పునరుద్ధరణకు మళ్ళీ శంకరుడే తిక్కన సోమయాజిగా అవతరించాడేమో! మొదటి నుంచీ వీరశైవ మతావలంబులై ప్రతాప రుద్రాది శైవ పరమైన నామధేయాలు ధరించిన కాకతీయ ప్రభువులు ఈయన మూలంగానే అద్వైతులయినా రనుకోవచ్చును. గణపతి దేవుడు అద్వైతమతావలంబి అని ఆయన కూతురు గణపాంబా శాసనము చెప్తుంది. విద్యారణ్యుడు వేదభాష్యము, పరాశరమాధవీయము, సర్వదర్శన సంగ్రహము, శంకర విజయము, ఇత్యాద్యనేక మహనీయ గ్రంథాలు వ్రాశాడు. ప్రస్థానత్రయంలోని విషయ జాలాన్ని లలితీకరించి ఆయన వ్రాసిన పంచదశి యావద్వేదాంత భిక్షువులకు ఏకైకాశ్రయము. అయితే తిక్కన సోమయాజి సర్వధర్మాలకు ఆలవాలమైన భారతాన్ని రచించి విద్యారణ్యుడు చేసిన ఆ యావత్తు పనిని సాధించినవాడైనాడు. కానీ విద్యారణ్యుడి అద్వైతమతో

ద్ధరణకార్యము విస్మరించి చారిత్రకులు ఆయన విజయనగర ప్రతిష్ఠాపన మాత్రం చెపుతారు. ఆయన జీవితంలో ప్రథమ ఘట్టం వీరశైవ ప్రతిఘటన, అద్వైత మతోద్ధరణ, రెండవ ఘట్టం మహమ్మదీయ ప్రతిఘటన, విద్యానగర స్థాపన. మరొక ముఖ్యమైన సంగతి--ఒకే ఉద్యమంలో పాల్గొన్నారని చెప్పారు. వారి ప్రతిభా సమానతను పోల్చారు. తిక్కన విద్యారణ్యులు సమకాలికులా అని ప్రశ్నించవచ్చు. విస్తారం అవుతుందన్న భీతిచేత వివరాలు ఇవ్వడంలేదు గానీ నా పరిశీలన వారు భిన్న కాలికులు కారని విశదంచేసింది. ఒకవేళ తిక్కన విద్యారణ్యునికంటె కించి దధికవయస్కుడు కావచ్చును. జిజ్ఞాసువులు మరింత సమగ్రమయిన పరిశోధనచేసి పునర్నిర్ణయం చేయడానికి అర్హమైన విషయం ఇది.

తెనుగుదేశంలో తిక్కన, వీరశైవాన్ని డీకొనడంచేత పాల్కురికి సోమనాథుడికి, తదుద్యమానికి, తద్వాఙ్మయానికి ప్రతిద్వంద్వి అయ్యాడు. విద్యారణ తిక్కనలకున్నపాటి కాల సంబంధం పాల్కురికి తిక్కనల కుంది. తిక్కనకంటె పాల్కురికి బహుశా కించద్వయోధికుడు కావచ్చునని నా ఊహ.

ఈనాడు వీరశైవం నామమాత్రావశిష్టంగా ఉండడం అద్వైతం సర్వత్రా ప్రబలంగా ఉండడం చూస్తే ఆపోరాటంలో వీరశైవం ఓడిపోయి, అద్వైతం గెలిచిందనుకోవాలి. పాల్కురికి ఓడిపోయి తిక్కన గెలిచాడనుకోవాలి. దానికి కారణాలు పరిశీలిస్తాను.

పాల్కురికి ఆయన నాయకత్వం క్రిందికి వచ్చిన తదితర శివకవులు, సంస్కృతాన్ని దూషించి జాను తెనుగును దేశికవితను చేపట్టినప్పటికీ తమ రచనలన్నీ తత్సమపద బంధురంగానే చేశారు. జాను తెనుగును సోమనాథుడు తేట తెనుగు, తిన్నని తెనుగు అన్నాడు. శ్రీ చిలుకూరి నారాయణరావుగారు జాను చతుర శబ్ద భవం అంటాడు. చదురు, చదును, జాను ఈ విధంగా శబ్దపరిణామం అని చెప్పాడు. కర్ణాట లాక్షణికులు ఈ జాను తెనుగు మార్గాన్నే సమసంస్కృతోక్తి అంటారు. అంటే జాను తెనుగును అవలంబించి శివకవులు నూటికి 50పాళ్ళు సంస్కృతం వాడారు, కాని తిక్కన నూటికి10పాళ్ళు సంస్కృతం, ౯౫పాళ్ళు తెనుగు వాడాడు. ఆయన వ్యవహారాంధ్రభాషను గ్రంథ రచనకు తీసుకున్నాడు. అంటే స్వభాషాభినివేశంలో తిక్కన శివకవుల కంటె అతివాదిగా నడిచాడు. అందుచేత ఆయన ఆంధ్రావళికి మరింత సన్నిహితుడయ్యాడు.

రెండవది—తిక్కన ఛందస్సు విషయంలో మూర్ఖత్వం చూపలేదు. ఒక చక్కటి ఆకర్షణీయమైన గమనం ఉండడమే కావాలి. ఏ ఛందస్సు అయితే ఏమి అనే వివేకదృష్టితో వృత్తాలు జాతులు తీసుకున్నాడు. కానీ సోమనాథుడు మార్గ కవితను దూషించాడు. ద్విపద ఛందస్సును దేశి కవితను ఏకైక మార్గంగా నిర్దేశించాడు. అన్యవృత్తాలతో పోల్చితే ద్విపద ఛందస్సుకున్న శక్తి హీనత ఆ వాఙ్మయానికి సంక్రమించి దాని ఆయుఃక్షీణతకు కారణమయింది. గౌరన ద్విపదలో ఎంత మహనీయమైన కవిత చెప్పలేదు. కానీ అల్పశక్తి యుక్తమైన

ద్విపదలో చెప్పడంచేత అంత లోకోత్తర కవితా సంపద తగినంత మన్నన గడించుకోలేక అడుగున పడిపోయింది

వీరశైవంలో మరొక బలహీనత--సోమనలో కన్నడ సాహిత్య సంప్రదాయాలు ప్రభావాలు ఎక్కువ. సోమన మిశ్రసమాసాలు -- పుడమీశ, పొడవీశ (ఇదినన్నెచోడునిలో గూడా ఉంది.) షోడశపండువు, శూలకుట్టు, బ్రహ్మపురులు-- ఇది కర్ణాటసంప్రదాయం. కన్నడ పదంతో సమాసాలు చేయ డం--శివద్రోహర గండడు--చోళవాళిక ఇత్యాద్యన్య విశేషాలు వున్నాయి.

తెనుగు భారతి కన్నడ భారతి గర్భంనుంచి ఉదయిం చింది. ఆనాడు రెండు విధాల తెనుగుభాష ఉండేదని గ్రంథాలు సూచిస్తున్నాయి. ఒకటి కన్నడ సంప్రదాయ బంధురమైన తెనుగు, రెండవది కన్నడ సంప్రదాయ విముక్తి పొందిన తెనుగు. మొదటిది పూర్వాంధ్రము, రెండవది నవీనాంధ్రము. సోమనాధాది శివకవులది పూర్వాంధ్రము, తిక్కనాదులది నవీనాంధ్రము. వీరశైవమతం కన్నడ దేశీయ మవడంచేత తన్మత కర్తలు కన్నడులు అవడంచేత వారిసూక్తులు బోధలు, రచనలు కన్నడంలో ఉండడంచేత ఆ మతానికి కన్నడానికీ ఒక విధమైన తాదాత్మ్యం ఉంటుంది. వైష్ణవాది మతాల విషయం యింతే. అందుచేత తన్మతస్థులు అన్య దేశస్థులైనా అన్యభాషీయులైనా తన్మత మూలస్థాన భాషమీద గౌరవం ఉంటుంది. అందుచేత శివకవులు తమ వాఙ్మ యానికి కన్నడ భాషా సంప్రదాయ భరితమైన పూర్వాంధ్రాన్నే

స్వీకరించారు. పూర్వాంధ్రము ఆనాటి గ్రాంధిక భాష. నవీనాంధ్రము ఆనాటి వ్యవహారభాష. అందుచేత సోమనాథాదులకంటె తిక్కనాదులు ప్రజలకు సన్నిహితులు అయినారు. తిక్కన తెనుగుభాష తెనుగుదేశం అని ఒక ప్రత్యేక అభినివేశంతో ఆవేశంతో ఎలుగెత్తిన కంఠము. వైదికులకు సంస్కృత భాషలాగా, వైదిక వ్యతిరేకులయిన బౌద్ధాదులకు పాళీవలె, వీరశైవులకు పూర్వాంధ్రము వీరశైవేతరులయిన అద్వైతులకు నవీనాంధ్రము సాహిత్యభాష అయినది.

మరొకటి—సోమన మతమూ, వాఙ్మయమూ మూఢ విశ్వాస ప్రేరితము. తిక్కన వాఙ్మయము జ్ఞానసంపన్నము, వీరశైవం ఒక తాత్కాలిక ఆవేశపు పొంగు, అద్వైతం సాధు మార్గము. ఒక శాశ్వత ధర్మ ప్రతిపాదకము. అందుచేత అది నిసర్గ బలోపేతము.

ఈ విధంగా భాష, ఛందస్సు, మతము బలహీనమవడం చేత, వీరశైవము తద్వాఙ్మయము, తన్నాయకుడైన సోమనాథుడు అపజయం పొందాడు. తిక్కన భాష, ఛందస్సు, మతము, జ్ఞాన సమ్మతం అవడంచేత ఆయన పక్షం జయించింది. ఇవీ తిక్కన సోమనల జయాపజయాలకు కారణాలు.

వీరశైవానికి ప్రతిద్వంద్విగా హరిహరాద్వైతం వచ్చింది, పాల్కురికి సోమనాథుడికి ప్రతిద్వంద్విగా తిక్కన సోమయాజి వచ్చాడు. శివకవులకు ప్రతిద్వంద్వులుగా హరిహర కవులు వచ్చారు. మన వాఙ్మయాన్ని 11 వ శతాబ్దాంతంనుంచి 16 వ

శతాబ్దం వరకు రెండుగా భాగించవచ్చును. ఒకటి 12 వ శ. నుంచి 13 వ శ. వరకు వ్యాపించిన శివకవుల యుగం, రెండవది 13 వ శ. నుంచి 16 వ శ. వరకు వ్యాపించిన హరిహర కవుల యుగం. శివకవులకు నాయకుడు పాల్కురికి సోమనాథుడు, హరిహర కవులకు నాయకుడు తిక్కన సోమయాజి పండితారాధ్యుడు, రావిపాటి త్రిపురాంతకుడు, పాల్కురికి సోమనాథుడు యథావాక్కుల అన్నమయ్య, నన్నెచోడుడు, పిడపర్తి సోమన యిత్యాదులు శివకవులు, శ్రీనాదుడు, దూర్జటి శివకవులైనా పాల్కురికి కోవకు చెందినవారు కారు. శివభక్తి ప్రధానులైన అద్వైతులు. ఇక హరిహర కవులు- తిక్కన, కేతన, మారన, నాచన సోముడు. జక్కన, కొరవి గోపరాజు బైచరాజు వెంకటనాథుడు యిత్యాదులు. కేతన మారనలు హరిహరనాథ స్తవం చేయకపోయినా వీరు తిక్కనకు సర్వ విధాలా సన్నిహితులవడంచేత హరిహర కవుల కోవకు చెందిన వారుగానే గణింపవచ్చును. విక్రమార్క చరిత్రాదిని జక్కన— శ్రీగౌరీ కుచనీల మౌక్తిక మణిశ్రేణీ విభూషాఘృణీ ప్రాగల్భ్యంబులు కృష్ణపాండురతను ప్రౌఢిం ప్రతిష్ఠింప దేజో గణ్యుండయి యొప్పు శ్రీహరిహరేశుం" డన్నాడు. పోతే యితర కవుల గురించి హరిహరనాథ వ్యాసాల్లో పూర్వమే చెప్పాను.

వెనక చెప్పిన కారణాలచేత శివకవుల సాహిత్యం వంద యేండ్ల లోపుగానే అంతరించిపోగా హరిహర కవుల సాహిత్యం శాశ్వతంగా నిలిచిపోయింది. కొందరు పండితులు శివకవులను స్వోత్కర్ష కోసం సమాధుల్లోనుంచి లేవదీసి నిలబెట్టడానికి

ప్రయత్నిస్తున్నారుగానీ అది నిష్ఫలము. శివకవుల సాహిత్యం సాహిత్యంకాదు. విభూతి మహిమ, రుద్రాక్షమహిమ, అనుభవ సారము, బ[illegible] ఇట్లాంటి రచనల్లో సాహిత్యంకోసం అన్వేషించడం ఎడారిలో మంచినీటి కోసం పరుగులెత్తడం వంటిదవుతుందని నా మనవి. ఆ రచనలకు మమ్మట, భామహ, దండి ప్రభృతుల ఆలంకారిక మానదండాలను వర్తింపజేస్తే ఏమవుతుంది తాను ఉద్దండుణ్ణని ప్రదర్శించడానికి సోమనాథుడు వృషాధిపశతకాదుల్లో శాబ్దిక గారడీలు బాషాకుస్తీలు చేస్తే చేయవచ్చుగాక, కానీ ఆ రచనలన్నీ కావ్యాత్మలేని కళేబరాలే. నన్నెచోడుడులాంటి ఒకరిద్దర్ని మినహాయిస్తే శివకవుల రచనా సమూహంలో సాహిత్యపు పాళ్ళు అల్పం. వారి మతంలో జ్ఞానపుపాళ్ళు అల్పం. అందుచేత ఆ వాఙ్మయం అల్పాయుష్కమై వంద యేండ్లకే మృతమై విస్మృతమై పోయింది.

సాహిత్యంలో వైజ్ఞానిక ఛాయలు

ఏది మానవుడ్ని గుహల్లోనుంచి మహల్లోకి తెచ్చిందో ఏది క్రూరమృగాన్ని శిష్ట మానవుడుగా చేసిందో ఏది మానవుడ్ని దేవతగా మారమని ప్రేరేపిస్తూఉందో అదే ఆకాంతి పుంజమే సాహిత్యం ఆ సాహిత్యం మానవ జాతిలో ఒక అసాధారణ ప్రతిభా సంపన్నుడిద్వారా ప్రకటితం వుఅతూ ఉంటుంది. ఆయన అందరి కంటే సమున్నత స్థాయిలో ఉంటాడు. పరుగెత్తే పరిణామ శక్తికి ప్రతినిధి ఒక్క మానవ జాతేకాదు చరా చరసృష్టి సమస్తము ఆయన విజ్ఞాన కుక్షిలో పరిభ్రమిస్తూ ఉంటుంది అంతటి విశ్వ రూపమున్న మహా పురుషుడే యుగ యుగాల పర్యంతం మానవ జాతికివెలుగుచూపి ఉత్తేజ పరిచే మహోన్నత సాహితిని సృష్టిస్తాడు ఒక అమృత మూర్తి అయిన శిబినో, త్యాగమూర్తి అయిన కర్ణుడినో, సత్య జ్వాల అయిన హారిశ్చంద్రుడినో. లేక ఉదాత్త ప్రకృతి అయిన శ్రీరాముడినో చిత్రింప గలిగి నిఖిలభూవభోంతరాళ సృష్టి రహస్య జ్ఞానపీయూషాన్ని అందివ్వ గలిగిన వ్యాస వాల్మీకి ప్రముఖులేసాహితీ కర్తలనిపించుకో గలుగుతారు. అయితే మా సంగతేమిటని అల్లసాని పెద్దన దగ్గరనుంచి ఆత్రేయ వరకూ ఏకగ్రీవంగా అడుగు తారు. మిత్రుడు ఆత్రేయ ఒక సారి, ఈ శాశ్వతమైన సృష్టిలో శాశ్వతమైన సాహిత్యమనేది ఒక మృగ తృష్ణ అన్నాడు. సమాజంలో ఉత్పన్నమయ్యే సమస్యలను విమర్శించి పరిష్కారమార్గం చూపి, ఉపకారం చేస్తే

చాలు సాహిత్యం, సమస్య లున్నంతకాలం అది ఉంటుంది. ఆ తర్వాత పోతుంది అంతే అన్నాడు. తాత్కాలికలాభమే సాహిత్య ప్రయోజనము అని ఆయన తాత్పర్యము. నేను బాగా చర్వణం చేసి, 'సమస్యలు' 'పరిష్కారము' వగైరా పరిభాష తీసివేస్తే దీన్ని అంగీకరించవచ్చు నను కున్నాను. "సమస్య లున్నంతకాలం" అన్నందువల్ల కొన్ని గ్రంథాలు దీర్ఘకాలం, కొన్ని స్వల్పకాలం అట్లాగే యుగాల పర్యంతం కొన్ని. ఉంటాయని చెప్పడమవుతుంది. యీ సిద్ధాంరీత్యా చివరకు, మొత్తంమీద వస్తువును బట్టి ఆయుర్దాయం అని తాత్పర్యం— హరిశ్చంద్రుడి గాథ లోకమంతా ఆ స్థాయికి వెళ్లే వరకు ఏకైక దీపాంకురంగా ఉంటుంది అందుచేతనే ఎందరు వ్రాసినా ఎన్ని సార్లువిన్నా ఆ వస్తువు నిత్య నూత్నంగానే ఉంటుంది. కానీ ఏ పంచదార సమస్యో, బంజరు భూముల సమస్యో తీసుకుంటే దాని ఆయుః పరిమితి దాని ప్రయోజనం అంతవరకే. అంతే యిల్లాంటి సాహిత్య మనవసరమని నా అభిప్రాయం ఎంత మాత్రం కాదు. కానీ సాహిత్యంలో తారతమ్యాలు గ్రహించ మనే కోరేది. అసలు సాహిత్య మంతా ఒక స్థాయిలో నడ వాలని గాని, ఒకరీతిలో కుదరా లని గానీ. నా అభిప్రాయం కాదు. సాహిత్యం రచయితల అభిరుచుల్ని బట్టీ సంస్కారాన్ని బట్టీ, తయారవుతుంది, ఆ యా అభిరుచులూ ఆ సంస్కార పరిమితులూ ఉన్నవర్గాలకు ఆయా రచనలు ఆనందాన్ని కల్గి, స్తాయి. మను చరిత్ర చదివి రామాయణం చదివితే యీ తార తమ్యమే విదితం అవుతుంది. ఒకటి కేవలం ఆహ్లాదాన్ని కలిగించి ఇంద్రియ పరితృప్తి కలిగిస్తే, మరొకటి ఒక ఉదాత్తలక్షణ

సముజ్జ్వలమైన గమ్యాన్ని చూపించి ఒక మహా ప్రస్థాన్ని ప్రేరే పిస్తుంది. కేవలం రమణీయార్థ ప్రతిపాదకం అయితే చాలదు లోక కల్యాణం అనే పరమార్థం చేత ప్రజ్వలితం కావాలి రామాయణం అల్లాంటిది. మను చరిత్రకళ, కళకోసం అనే నినాదానికి ఉదాహరణం అవుతుంది. ఈ రెండు నినాదాలు ఐక్యం అయినపుడే ఉత్తమకావ్యం అవతరిస్తుంది.

దేశం కోసమో లేక ఏదో ఒక ఉద్యమం కోసమో త్యాగం చేయడం బలి అవడములాంటిగాథలే అభ్యుదయ రచనలనుకో కూడదు. మానవుడిలో దయ, సత్యం ధైర్యం యిట్లాంటి గుణాలు పల్లవింప జేసే ఏ రచనయినా సరే అభ్యుదయ సాహిత్యమే అవుతుంది జగదభ్యుదయ కారకం కావాలి. కళాత్మకంగా కూడా ఉండాలి. —

శరత్తు సాహిత్యం చదువుతూ ఉంటే ఈ ఉదాత్త లక్షణాలు కనుపిస్తాయి. అమృతపూర్ణ హృదయులైన నాయికలు, నిగ్రహ పక్షులు, ఉత్తములూ అయిన నాయకులు, జాలి ప్రేమ, తొణికిసలాడే ఆనుషంగిక పాత్రలు అన్ని కలిసి శరత్తు సాహిత్యం, చదివే వారిలో హృదయలాలితనీ: విశాల దృష్టిని కల్పించి ఉన్నత శిఖరారోహణకు పురికొల్పుతాయి. వాస్తవంగా నిత్య జీవితంలో ఉన్న వ్యక్తుల్లాగా కనిపిస్తాయేగానీ, శరత్తు పాత్రలు అతి ఆదర్శ ప్రాయమైనవి, అవాస్తవికమైనవి కూడాను. శేష ప్రశ్నలోనికమల శ్రీకాంత్‌లోని రాజ్యలక్ష్మి, అట్లాగే ఆ నాయకులూ, ఆ పరిచారకులూ. అట్లాంటి వారే వాస్తవ జగత్తులో ఉన్నట్లయితే, లోకంయింత దుస్థితిలో ఉండేది కాదేమో. శరత్తు

మనకు లోకం ఎట్లాఉంటే బాగుంటుందో ఆ ఉండవలసిన రూపాన్ని చూపించి, దానిమీద ఆకర్షణ కలిగిస్తాడు. 'ఆలక్ష్యం వైపుకులాక్కుపోతా. ఇది ఆదర్శ ధోరణి. కానీ అటు ప్రేమ్ చంద్ రచనలు చూస్తే దీనికి భిన్నంగా కనిపిస్తాయి. లోకం ఉన్న రీతిని చూపించియింత భయంకరంగా ఉందని నిరూపించి నవ ప్రపంచంవైపు పారిపోయే అవసరాన్ని కల్గిస్తాడు. గబన్‌లో భార్యకు గాజుల మీద ఉన్న మోజుభర్తకు ఎట్లా ప్రాణాంతక యింది ఆ సంసారాల స్థితిగతులు ఫోటో తీసినట్లుగా వర్ణిస్తాడు. ఇది వాస్తవ చిత్రణం. శరత్తుకూ, చలానికీ కూడా యిదేతేడా అనిపిస్తుంది. చలం లోకంలో ఉన్న వాస్తవిక దృష్టి జనితమైన కొన్ని లోపాలను నగ్నంగా బట్ట బయలు చేసి వెక్కిరించి ఖం డించాడు. అదే శరత్తు ఉదాత్త పాత్రసృష్టితో చిత్త గగనాన్ని ఉత్తమ భావ తారకా విలసితంచేసి కార్యాన్ని సాధిస్తాడు. చలం సాధించిన యావత్తత్వ సారాంశమూ, శేష ప్రశ్నలోని కమల పాత్రే గదా.

హెచ్. జి. వెల్సుమరోవైపుకు లాగుతాడు. విజ్ఞాన శిఖరాల వైపుకు. నిత్యజీవితంలో ఊహించలేని అలోక సీమ లకు తీసుకు పోతాడు. జూల్స్‌వెర్నీ కూడా అంతే. అదే మాన వుడి వైజ్ఞానిక విజయాలకు మూలకారణం అవుతుంది.

సోమర్సెట్ మహోం తొలిరచనలు తీసుకుంటే ఆయన "కేక్స్ అండ్ ఏల్", "ది మూన్ అండ్ సెక్స్ పిన్స్". ఇంకా ఆయన చిన్న కథలూ యివన్నీ కేవలం వాస్తవంగా జరిగిన సంఘటనల, కథనం మాత్రమే. తన "ది రేజర్స్ ఎడ్జ్" అనే

నవలలో "నేనేమీ కల్పించ లేదు, ఉన్న దున్నట్లు చెపుతున్నాను'' అన్న సందర్భంలో తనది చరిత్ర కారుడి పాత్రమాత్రమే అని చెపుతూ ప్రాచీన చరిత్రకారుడు హెరోడోటస్ పేరు గూడా ప్రస్తావించాడు.— ఇది ఒక విధమైన కళ, దీనికి అసాధారణ ప్రతిభ ఏదీ అక్కరలేదు. అయితే ఈ పద్ధతి మూలంగా కొంత లాభం లేక పోలేదు. నిత్యజీవితంలో ఉన్న పాత్రల్ని వ్యాఖ్యా నించి వాళ్ళ అసలు స్వరూపం లోకం ముందు పెడుతుంది ఆవిధంగా అది జీవితాని కొక మౌన వ్యాఖ్య అవుతుంది. ఒక దుర్మార్గుడ్ని, ఒక బధిరాంధక శవాన్ని ఉన్న వాడున్నట్టుగా కళారంగం మీద నిలబెడితే చాలు. వాడి బ్రతుకు హాస్య భాజనం అయిపోతుంది. అలెగ్జాండర్ డ్యూమా రచనలున్నాయి. ఆకా శంలో ఎన్ని నక్షత్రాలున్నాయో అన్ని పేజీలున్నాయి, అయన రచనా పరాక్రమానికి నిదర్శనంగా. అయితే ఆయన

బెర్నార్డ్‌షా చేతుల్లో సాహిత్యం ఒక అపూర్వ తార్కిక సమున్నతిని అందుకుంది. ఇది హేతువాద యుగపు సాహిత్యం అనిపించింది. హెచ్. జీ. వెల్స్ చేతుల్లో సాహి త్యం ఊహావిహంగమై విదూర భవిష్యత్తులోకి ఎగిరిపోయింది. మాహం ప్రభృతుల చేతుల్లో తాత్త్విక పరిణితినిపొందింది. మహోజ్వల సాహిత్యాలు ఎట్లావచ్చాయి అనేది పరిశీలిస్తే, ఆ దేశాల చరిత్ర మహోజ్వలంగా కనిపిస్తుంది. సంస్కృతం, గ్రీకు లాటిను, ఇంగ్లీషు, ఫ్రెంచి, జర్మను, రష్యన్ భాషలు ఉదాహరణలు. ఈ సాహిత్యాలు సృజించిన ప్రజల చరిత్ర అసాధారణ మయింది. ఆ ప్రజలు సముద్రాలు దాటారు, యుద్ధాలు చేశారు, దుఃఖించారు, బాధపడ్డారు. శవాల మీద

www.ingramcontent.com/pod-product-compliance
Lightning Source LLC
LaVergne TN
LVHW020123220825
819277LV00036B/554
9781021438942